D1763736

மீண்டும் தூண்டில் கதைகள்

கிழக்கு பதிப்பக வெளியீடுகளாக சுஜாதாவின் புத்தகங்கள்

21ம் விளிம்பு
24 ரூபாய் தீவு
6961
அப்பா, அன்புள்ள அப்பா
அப்ஸரா
அனிதா - இளம் மனைவி
அனிதாவின் காதல்கள்
அனுமதி
ஆ..!
ஆட்டக்காரன் சிறுகதைகள்
ஆதனிலால் காதல் செய்வீர்
ஆயிரத்தில் இருவர்
ஆர்யபட்டா
ஆழ்வார்கள்:ஓர் எளிய அறிமுகம்
ஆஸ்டின் இல்லம்
இதன் பெயரும் கொலை
இரண்டாவது காதல் கதை
இருள் வரும் நேரம்
இளமையில் கொல்
இன்னும் ஒரு பெண்
உள்ளம் துறந்தவன்
ஊஞ்சல்
எதையும் ஒரு முறை
என் இனிய இயந்திரா
என்றாவது ஒரு நாள்
ஐந்தாவது அத்தியாயம்
ஒரு நடுப்பகல் மரணம்
ஒரே ஒரு துரோகம்
ஓடாதே
ஓரிரவில் ஒரு ரயிலில்
ஓரிரு எண்ணங்கள்
ஓலைப்பட்டாசு
கடவுள் வந்திருந்தார்
கமிஷனருக்குக் கடிதம்
கம்ப்யூட்டரே ஒரு கதை சொல்லு
கம்ப்யூட்டர் கிராமம்
கரையெல்லாம் செண்பகப்பூ
கற்பனைக்கும் அப்பால்
கனவுத் தொழிற்சாலை
காயத்ரி
குருபிரசாத்தின் கடைசி தினம்
கை
கொலை அரங்கம்
சிங்கமய்யங்கார் பேரன்
சில வித்தியாசங்கள்
சிவந்த கைகள்
சிறுகதை எழுதுவது எப்படி?
சின்னச் சின்னக் கட்டுரைகள்
சொர்க்கத் தீவு
டாக்டர் நரேந்திரனின் வினோத வழக்கு
தங்க முடிச்சு
தப்பித்தால் தப்பில்லை
திசை கண்டேன் வான் கண்டேன்
தீண்டும் இன்பம்
தூண்டில் கதைகள்
தேடாதே
தோரணத்து மாவிலைகள்
நகரம் சிறுகதைகள்
நிர்வாண நகரம்
நில் கவனி தாக்கு
நில்லுங்கள் ராஜாவே
நிறமற்ற வானவில்
நிஜத்தைத் தேடி
நைலான் கயிறு
பதினாலு நாள்கள்
பத்து செகண்ட் முத்தம்
பாதி ராஜ்யம்
பாரதி இருந்த வீடு
பிரிவோம் சந்திப்போம்
ப்ரியா
மண்மகன்
மத்யமர்
மலை மாளிகை
மனைவி கிடைத்தாள்
மாயா
மிஸ் தமிழ்தாயே நமஸ்காரம்
மீண்டும் ஒரு குற்றம்
மீண்டும் தூண்டில் கதைகள்
மீண்டும் ஜீனோ
முத்தல் நாடகம் - நாடகங்கள்
மூன்றுநாள் சொர்க்கம்
மெரீனா
மேகத்தைத் துரத்தியவன்
மேலும் ஒரு குற்றம்
மேற்கே ஒரு குற்றம்
ரயில் புன்னகை
ரோஜா
வசந்த காலக் குற்றங்கள்
வாய்மையே சில சமயம் வெல்லும்
வாரம் ஒரு பாசுரம்
வானத்தில் ஒரு மௌனத்தாரகை
விக்ரம்
விடிவதற்குள் வா
விபரீதக் கோட்பாடு
விருப்பமில்லா திருப்பங்கள்
விரும்பிச் சொன்ன பொய்கள்
விவாதங்கள் விமர்சனங்கள்
விழுந்த நட்சத்திரம்
வைரங்கள்
ஜன்னல் மலர்
ஜீனோம்
ஜோதி
ஸ்ரீரங்கத்து தேவதைகள்

மீண்டும் தூண்டில் கதைகள்

சுஜாதா

கிழக்கு

மீண்டும் தூண்டில் கதைகள்
Meendum Thoondil Kathaigal
by Sujatha
Sujatha Rangarajan ©

First Edition: June 2013
104 Pages

ISBN: 978-81-8493-656-8
Title No. Kizhakku 628

Kizhakku Pathippagam
177/103, First Floor,
Ambal's Building, Lloyds Road,
Royapettah, Chennai 600 014.
Ph: +91-44-4200-9601
Email : support@nhm.in
Website : www.nhm.in

Cover Image: Shutterstock ©

Kizhakku Pathippagam is an imprint of New Horizon Media Private Limited

This book is sold subject to the condition that it shall not, by way of trade or otherwise, be lent, resold, hired out, or otherwise circulated without the publisher's prior written consent in any form of binding or cover other than that in which it is published and without a similar condition including this the rights under copyright reserved above, no part of this publication may be reproduced, stored in or introduced into a retrieval system, or transmitted in any form or by any means (electronic, mechanical, photocopying, recording or otherwise), without the prior written permission of both the copyright owner and the above-mentioned publisher of this book.

முன்னுரை

நான் பெங்களூரில் இருந்தபோது 1989லேயே தமிழ்ப் பத்திரிகைகளில் சிறு கதைகளின் ஆதிக்கம் குறைவதை உணர்ந்து, ஆசிரியர் எஸ்.ஏ.பி. அவர்களுக்குச் 'சற்று நீண்ட கதை எழுதலாமா?' என்று கேட்டேன். அவர் 'தாராளமாக அனுப்புங்கள்; பிரசுரிக்கிறோம்' என்றார். 'அந்தக் கதைகளில் பொதுவாக, முடிவில் ஒரு சொடுக்குத் திருப்பம் இருக்கும்' என்றேன்.

குறுந்தொகை 54ஆம் பாடலில் இரண்டு வரிகள் உண்டு.

'மீன்எறி தூண்டின் நிவக்கும்
கானக நாடனோடு ஆண்டு ஒழிந்தன்றே'

'மீன் அகப்பட்ட தூண்டிலைப் போல காதலனுடன் நாள்கள் சென்று கழிந்தன' என்ற அருமையான உவமை (இதை எழுதியவர் பெயர் தெரியாமல் மீனெறி தூண்டிலார் என்றே உரையாசிரியர் பெயரிட்டிருக்கிறார்).

குறுந்தொகை படித்திருந்தாரோ இல்லையோ, அந்தக் கதைகளுக்கு மிகப் பொருத்தமாக 'தூண்டில் கதைகள்' என்று ஆசிரியர் அப்போது பெயரிட்டார். பன்னிரண்டு கதைகள் வெளிவந்தன. பிறகு 1995ல் விகடனில் 'புதிய தூண்டில் கதைகள்' என்று ஒரு

வரிசை எழுதினேன். அந்தப் பன்னிரண்டு கதைகளும், ‘கறுப்புக் குதிரை’ என்ற பெயரில் புத்தகமாக வந்தது.

சமீபத்தில், ஆல்ஃபிரட் ஹிட்ச்காக்குக்காக, ஹென்றி ஸ்லேசாரின் கதைகளின் தொகுப்பு ஒன்றை என் மகன் அமெரிக்காவிலிருந்து அனுப்பியிருந்தான். அவைகளைப் படித்தபோது மீண்டும் தூண்டில் கதைகள் எழுதும் உற்சாகம் ஏற்பட்டு விட்டது.

குமுதம் இதழிலேயே மீண்டும் எழுதுவது எனக்குப் பொருத்தமாகப்பட்டது. குமுதம் மட்டுமல்ல, இப்போது எல்லாதமிழ்ப் பத்திரிகைகளும் பொம்மை பார்க்கும் பத்திரிகைகளாகி விட்டன. இந்த அபாயகரமான போக்கிலிருந்து மீட்க, நிதானமாகச் சிறுகதைக்கான சம்பிரதாய வடிவத்துடன், முடிவில் ஓர் ஆச்சரியத்துடன் பன்னிரண்டு கதைகள் எழுதுவதாக குமுதம் ஆசிரியருக்குச் சொன்னபோது, உடனே ஒப்புக் கொண்டார்.

மறைந்த எஸ்.ஏ.பி. அவர்களுக்கும் ஹென்றி ஸ்லேசாருக்கும் அஞ்சலி செலுத்தும் வகையில், இந்தக் கதைகளை எழுதியுள்ளேன்.

சுஜாதா

சென்னை

டிசம்பர் 2006

உள்ளே...

1.	செல்போன் பயனுள்ளவை	09
2.	நுழைவுத் தேர்வு	18
3.	கொல்லாதே	29
4.	குரல்	39
5.	கம்ப்யூட்டர் சாமியார்	53
6.	567	68
7.	அந்நியருடன் உரையாடல்	74
8.	பொன்வண்டு	80
9.	ஸ்டேட்டஸ்	89
10.	சென்னையில் மேன்ஹாட்டன்	97

1

செல்போன் பயனுள்ளவை

ஒரு ஊரில் அப்பா, ஒரு அம்மா, ஒரு பெண். ஊர்ப் பெயர் கோட்டூர்புரம், சென்னை. அப்பா பெயர் சீதாராமன். அம்மா பெயர் அனுசுயா. பெண் பெயர் ப்ரீத்தா. வயது முறையே 47, 37, 17.

அப்பா எல்.ஐ.சி.யிலிருந்து ராஜினாமா கொடுத்து விட்டு புதிய தனியார் காப்பீட்டு (அதாவது இன்சூரன்ஸ்) கம்பெனியில் பெரிய வேலையில் இருந்தார். சம்பளமும் அதிகம். டென்ஷனும் அதிகம். ஒரு முறை பைபாஸ் ஆனபின், சிகரெட் நிறுத்தியவர்.

அம்மா சின்னக் குழந்தைகளை அவசரமாக நடன மாடி அரங்கேற்றுவதற்கான நடனப் பள்ளியில் பொழுதுபோக்குப் பணியாசிரியை.

வசதியான குடும்பம். இரண்டு கார் (டொயோட்டா, டாட்டா) ஒரு நாய் (தங்கக் கலர் ரிட்ரீவர்), தோட்டக் காரர், வேலைக்காரர், சமையல்காரி, டிரைவர்.

இந்தக் கதை ப்ரீத்தாவுக்கு செல்போன் கொடுப்பதைப்பற்றிய அதிகாலை சர்ச்சையுடன் தொடங்குகிறது...

'எத்தனை மாடல் வந்திருக்கு... போட்டோ பிடிக்கிறது, பாட்டுப் பாடறது. இண்டர்நெட் பார்க்கலாம், மெயில் அனுப்பலாம், பரீட்சை ரிசல்ட்,

கிரிக்கெட் ஸ்கோர் பார்க்கலாம். வாங்கித் தந்தா, குறைஞ்சு போய்டுவீங்களாப்பா?'

அப்பா, பெண்ணைப் பையன் போல வளர்க்க வேண்டும் என்பவர்.

'எனக்குப் பூரண சம்மதம்மா. உங்கம்மாதான் வேண்டாங் கறாளே...'

'ஏன் ஏன்?'

'அவளையே கேளு.'

அம்மா பெண்ணைப் பெண்ணாக வளர்க்க வேண்டும் என்பவள்.

'செல்போன் வந்தா உடனே பாய் ஃப்ரெண்ட் வந்துருவான். முதல்ல ஒரு குழம்பு. ரசம் பண்ணக் கத்துக்கோ.'

'அய்யோ! என்னப்பா இது' என்று நெற்றியைச் சுருக்கிக் கொண்டாள்.

'காலேஜுக்கு கார்ல போய்ட்டு, கார்ல திரும்பப் போறே, உனக்கு எதுக்குடி செல்போன். இப்பவே டிரைவரைப் பின்னால் உக்கார வச்சுண்டு இவதான் ஓட்டறான்னு எனக்கு ரிப்போர்ட் வரது.'

'ஓட்டட்டுமே. அமெரிக்கா போய் ஓட்டத்தானே போறா?'

'இப்படிச் செல்லம் கொடுத்துக் கெடுத்து வச்சிருக்கீங்க.'

'சொல்லுங்களேம்பா, க்ளாஸ்மேட் எல்லாரும் வச்சிண்டிருக்கா. கேபிள் டி.வி.காரன், சைக்கிளில் போறவன்லாம் - பீச்ல கடலை விக்கிறவன்கூட வச்சிண்டிருக்கான்.'

'அவங்க வியாபாரத்துக்கு அது உபயோகப்படும்.'

'சரிடி! ஒரு காரணம் சொல்லு. அதனால என்ன பிரயோஜனம்?'

'சொல்லு செல்லம்' என்றார் சீதாராமன், அவளை உச்சி மோந்து.

'தள்ளி உக்காருடி. அவ ஒண்ணும் குழந்தை இல்லை.'

'அதான் நான் சொல்றதும்' என்றார் ராமன். ப்ரேக் பாஸ்ட்டுக்குப் பின், நைகார்டியா, மின் பெரஸ் மானோஸ்பிரின், ஆல்ஃபா டோப்பா மாத்திரைகளை விழுங்கிக்கொண்டு.

‘அவசரமா என்னைக் கூப்பிடணும்னு வச்சுக்கயேன்.’

‘எப்படி என்ன அவசரம்?’

‘எதாவது யாருக்காவது உடம்பு சரியில்லை... அப்பா டூர்ல மும்பை போயிருக்கிறப்ப...நீ தனியா இருக்கறப்ப...’

‘உனக்கு செல்போன் வாங்கித் தரணுங்கிறதுக்காக, எனக்கு உடம்புக்கு வரணுமா. நன்னாருக்கே நியாயம். போடிப் போடி, போக்கத்தவளே.’

‘பாரு அந்நு... கம்யூனிகேஷன்ங்கிறது ரொம்ப முக்கியம். ஒரு எமர்ஜென்சி எப்ப வரும்னு சொல்ல முடியாது...’

‘செல்போன் அஞ்சு வருஷமாத்தானே இருக்கு. அதுக்கு முன்னாடியெல்லாம் மனுஷா செத்தா போயிட்டா!’

‘டெக்னாலஜியைத் தடுக்காதே அந்நு.’

‘வேண்டாம்பா! அம்மாவுக்குப் புரியாது. அவளுக்கு எப்பவும் சந்தேகம்தான். க்ளாஸ்மேட் போன் பண்ணா பேர் சொல்லணும். புதுசா டிரெஸ் போட்டுண்டா மாரை மூடிக்கோ, கழுத்தை மூடிக்கோ... ரொம்பக் கஷ்டம்.’

‘எங்க காலத்தில் பொம்மனாட்டியெல்லாம் போன் பேசக் கூடாது. அடிப்பா! வாசல்ல வந்து நின்னா, அம்மா ஒரு முறை முறைப்பா பாரு...’

‘இந்த மாதிரி வளர்ந்த அம்மாகிட்ட எனக்கு நோக்கியாவா? நோ சான்ஸ்! ஆளை விடுங்க. செல்போன் ஆசைப்படறது முட்டாள் தனம்.’

அப்பா ‘கவலைப்படாதே’ என்று கண் சிமிட்டினார்.

அடுத்த வாரம் ஓர் அழகான மோட்டரோலா போன் வாங்கிக் கொடுத்தார். ‘கொஞ்ச நாளைக்கு யாரையும் கூப்பிடாதே. க்ளாஸ் ஃப்ரெண்டுங்ககிட்ட மட்டும் நம்பர் கொடு. எப்பவும் வைப்ரேட்டர்ல போட்டு வை. எங்க இருக்கேன்னு வீட்டுக்குத் தகவல் கொடுக்கறதுக்கு மட்டும் பயன்படுத்து. உங்கம்மாவுடைய கவலைகளுக்கு மதிப்புக் கொடு. அவகிட்ட முதல்ல நம்பிக்கையை சம்பாதி. அதுக்கப்புறம் உன் சாமர்த்தியம் கண்ணு.

எனக்கு உம் மேல நம்பிக்கை இருக்கு. அந்நியர்கள் கால் வந்தா ராங் நம்பர்னு சொல்லிடு.'

இத்தனை பத்திர ஏற்பாடுகளுடன் கொடுத்த அடுத்த நாளே, அவள் செல்போன் வைத்திருப்பது அம்மாவுக்குத் தெரிந்து விட்டது. பையை நோண்டிப் பார்த்திருக்கிறாள். 'ஏதுடி இது? எனக்குத் தெரியாம என்ன சதி வேலை...உங்கப்பாவுக்குத் தெரியுமா?'

'அவர்தாம்மா...'

'ஓஹோ! அவர் வேலையா... வரட்டும் அவர்.'

'ஏம்மா செல்போன் வச்சுண்டா என்ன தப்பு?'

'உனக்குத் தெரியாது, என் கவலை. செல்வியுடைய மகளுக்கு ஆனது தெரியுமா... அந்தப் பொண்ணு செத்துப் போனது எப்படி?'

'அய்யோ! செல் பேசிண்டே டூவீலர் ஓட்டினபோதுதான், ஆக்சி டெண்டாச்சு. நான் டூவீலர் எங்கம்மா ஓட்டறேன். கார்ல போறேன். டிரைவர்தான் ஓட்டறான்.'

'எனக்குத் தெரியும். டிரைவரை பின்னால் உக்கார வச்சுட்டு...'

'அய்யோ! ஒரே ஒரு நாள்ம்மா.. ஏம்மா, எத்தனை நல்ல உதாரணம் இருக்கு... டூ வீலர் கிடையாது. காரை நான் ஓட்டப் போறதில்லை. செல்போன் நல்லதும்மா. பாரு. எங்க இருந்தாலும் என்னை நீ கண் காணிக்கலாம் - உன் கண்ணை விட்டு அகலாம இருக்கறாப்பல. எப்ப வேணும்னாலும் என்னைக் கூப்பிடலாம். அது பெரிய சௌகரியமில்லையா?'

'சரி. அப்பப்ப உன் நம்பரைக் கூப்பிடுவேன். எப்பன்னு சொல்ல மாட்டேன். ஒரு வாரம் பார்க்கறேன். அதுக்கப்புறம் சம்மதம் தரேன்.'

'அப்பாடா!'

அதன் பின் வாரம் முழுவதும் அம்மா, ப்ரீத்தாவின் செல் நம்பரில் காலை, நடுப் பகல், மாலை என்று கூப்பிட்டாள். ஒவ்வொரு முறை யும் தவறாமல் பதில் வந்தபோது, கொஞ்சம் சமாதானமானாள்.

சீதாராமன், 'சமாதானமாச்சா அந்நு. செல்போன் டெக்னாலஜி யுடைய பெரிய வரப் பிரசாதம்.'

'இப்பவும் எனக்கு இஷ்டமில்லைதான். வீட்டில் இருக்கிற போன் போதாதோ?'

'வீட்டுப் போன் 'லொகேஷன் ஸ்பெசிஃபிக்'. செல்போன் 'பர்சன் ஸ்பெஸிஃபிக்'. ரெண்டும் வேற வேற ஜாதி. புரியலை...'

சொல்லி வைத்தாற்போல் அது நடந்தது... சீதாராமன் மும்பை போயிருந்தார். ப்ரீத்தா ஸ்பென்சர் ப்ளாசாவுக்கு நண்பிகளுடன் சென்றிருந்தாள். வீட்டில் டிரைவரும் இல்லை. வாட்ச்மேன் டீ சாப்பிடப் போயிருந்தான். நாய் குரைத்தது.

அனுசுயா வாசல் விளக்கைப் போட்டாள். கேட்டருகே ஒருவன் பரட்டைத் தலையுடன் தள்ளாடிக் கொண்டிருந்தான்.

'ஏய், உனக்கு எதுக்கு இத்தனை பெரிய வீடு. திறங்கடா தேவடியா மகனுகளா...'

அவன் என்னென்னவோ உளறிக்கொண்டு கேட்டை சப்தம் பண்ணினான்.

அனுசுயா பதறிப்போனாள். என்ன செய்வதென்று தெரிய வில்லை. கைகள் நடுங்கின. அப்போது வீட்டுக்குள் போன் அடித்தது...'

'அம்மா! ப்ரீத்தா பேசறேன். ராத்திரி டின்னருக்கு க்ளாஸ் மேட்ஸ் ரெண்டு பேரோட வரேன்.'

'ப்ரீத்தா நல்லவேளைடி. உடனே வாடி. வாசல்ல ஒருத்தன் குடிச்சுட்டு கலாட்டா பண்றான்.'

வீட்டுக்கு வருவதற்கு முன்பே, ப்ரீத்தா போலீஸுக்குப் போன் செய்தாள். அவர்கள் வந்து குடிகாரனை அள்ளிக்கொண்டு போய் விட, 'நல்ல வேளை, நீ போன் பண்ணியோ... அப்படியே சப்த நாடியும் நின்னு போச்சு!'

'புரியறதா... செல்போன் எத்தனை உபயோகம்னு!'

'புரியறதுடீ புரியறது! என் கண்ணே, இனிமே நான் உன்னை போன் பண்ணி, வேவு பார்த்து தொந்தரவு பண்ண மாட்டேன்.'

கதை இங்கே முடியவில்லை.

ஒரு வாரம் கழித்து ஒரு உரையாடல்...

'ப்ரீ... அபிஷேக்.'

'என்னடா?'

'கடைசியா உன் நம்பரைக் கொடுக்க மனசு வந்திச்சே... கடவுளுக்கு ஆயிரம் எஸ்.எம்.எஸ். அனுப்பணும்.'

'இல்லைடா, அம்மாவைக் கன்வின்ஸ் பண்ண இத்தனை நாளாச்சு. அவளுக்கே அலுத்துப்போய், என்னை மணிக்கு மணி செக் பண்றதை நிறுத்திட்டா, சாரிடா செல்லம்!'

'ப்ரீ, உனக்கு யாராவது சொன்னாங்களா... நீ எத்தனை அழகா இருக்கேன்னு.'

'பொய்டா...'

'இல்லைடா, நிஜம்!'

'பொய்... பொய்!'

'இல்லை. எங்கப்பன், உங்கப்பன், பாட்டன், முப்பாட்டன் மேல சத்தியமா. எம்பி போலாமா! உங்கப்பன் எங்கே?'

'மும்பை போயிருக்கார். ஏர்போர்ட்டுக்கு வண்டி போயிருக்கு.'

'ஆத்தா?'

'டான்ஸ் கிளாஸ்.'

'நீ எங்க இருக்கே?'

'சவிதா வீட்டில கெமிஸ்ட்ரி க்ரூப் ஸ்டடி.'

'கதை! டி.வி.டி. பார்த்துக்கிட்டிருப்பீங்க. வரட்டுமா, பைக் எடுத்துக்கிட்டு.'

'அய்யோ! அம்மாவுக்குத் தெரிஞ்சா பலி.'

'பேசவாவது பேசலாமா?'

'பேசு.'

‘யாராவது சொன்னாங்களா, நீ எத்தனை அழகா இருக்கேன்னு.’

‘நீயே செத்த முன்னாடி சொல்லியாச்சு.’

‘நிசம்மா பார்ட்னர்.’

‘பொய் சொல்றதை நிறுத்து.’

‘என் ஃபிரெண்ட்ஸ் எல்லாம் அசந்துட்டாங்க. ‘எப்படிரா நாகப் பழம் இந்த எலுமிச்சையைப் பிடிச்சே’ன்னு!’

‘எனக்கு நாகப்பழம் பிடிக்கும். நாக்கெல்லாம் நீலமாயிரும். தொண்டையை அடைக்கும்.’

‘நீ மாம்பழம். அப்புறம் மாதுளைக் கன்னம்.’

‘புதுசா எதாவது சொல்லு!’

‘புதுசா...பிரிட்னி காஸட் வந்திருக்கு. கேட்டியா, சூப்பர்! ஆனா உன் குரலைவிட இனிமையானது இல்லை. ப்ரீ!’

‘பொய்...’

‘மெய்யாலும்!’

இப்படியே அவர்கள் உரையாடல் இலக்கின்றித் தொடர்ந்து கொண்டிருக்கும்போது சீதாராமன் ஏர்போர்ட்டிலிருந்து தன் காரில் திரும்ப வந்து கொண்டிருந்தார்.

‘ஏசி போட்டியா பழனி?’

‘அய்யா! போட்டிருக்கேன்.’

‘என்ன இவ்வளவு ஸ்வெட் ஆறது’ வெள்ளமாக வியர்த்திருந்தார். வீட்டுக்கு வந்தபோது அனுசுயா டான்ஸ் கிளாசிலிருந்து திரும்பி இருந்தாள்.

‘ஏரோப்ளேன்ல சாப்ட்டுட்டீங்களா, லைட்டா ஏதாவது தரட்டுமா? ஏன் இப்படி வேர்த்திருக்கு?’

‘அந்நு... எனக்கென்னவோ சரியில்லை. செஸ்ட் பெய்ன் ஜாஸ்தி யாயிருக்கு. ஏரோப்ளான்ல சாப்பிட்டது ஏதோ ஒத்துக்கலை. டாக்டர் பிரகாஷுக்குச் சொல்லிடு!’

அவள் டயல் செய்ய...

'ப்ரீதா எங்கே?'

'படிக்கப்போயிருக்கா.'

'செல்லில் உடனே கூப்பிடு! எனக்கென்னவோ அவளைப் பார்க்கணும்போல இருக்கு.'

ப்ரீதாவுக்குப் போன் செய்தபோது 'நம்பர் பிஸி. ப்ளீஸ் ட்ரை ஆஃப்டர் சம் டைம்' என்ற செய்தி வந்தது.

டாக்டர் பிரகாஷ் வந்தவுடன், மாரடைப்பின் அடையாளங்களை உணர்ந்த டாக்டர், ஆம்புலன்ஸுக்குச் சொல்லிவிட்டார். ஆம் புலன்ஸில் எல்லா வசதிகளும் இருந்தன.

சீதாராமன் அரை மயக்க நிலையில்... இடது கையிலும் வலது கையிலும் ட்ரிப் ஏற்றப்பட்டார். முகத்தில் ஆக்ஸிஜன் மாஸ்க் வைக்கப்பட்டது. மையோ கார்டியல் இன்ஃபார்க்ஷன் என்று ஐ.சி.சி.யு.வில் நேராக அழைத்துச் செல்லப்பட்டார். டாக்டர் பட்டாளம் அவரைச் சூழ்ந்துகொண்டது.

'ப்ரீத்தா... ப்ரீத்தாவைக் கூப்பிடுங்க! நான் பார்க்கணும். அவளைப் பார்த்தா எனக்குச் சரியாப் போயிடும்.'

'அப்புறம் என்ன பிக்சர் பார்த்தே?'

'ஃபனா' போலாமா இல்லை, 'அழகா இருக்கே பயமா இருக்கு' போலாமா? 'திருட்டுப் பயலே' படம் நல்லா போவுதாம்.'

'எனக்கு ஆமீரை ரொம்பப் பிடிக்கும்.'

'டாக்டர்! என் டாட்டர்...'

'வந்துருவாங்க.'

'அவன் ரொம்பக் குள்ளம். ஃபைவ் ஃபோர்தான் இருப்பான். எனக்கு அவனப் பிடிக்கும்; உனக்கு?'

'நம்பர் இஸ் பிஸி. ப்ளீஸ் ட்ரை லேட்டர்.'

'எனக்குப் பிடிச்சது ஒரே ஒரு ப்ரீத்தா.'

'பொய். ஒரு தடவை ஜோதிகாவைப் பார்த்து ஜொள்ளு விட்டே...'

'நான் என்ன கலர் ஷர்ட் போட்டுக்கிருக்கேன்னு சொல்லு.'

'யாரோ கூப்பிடறாங்க. பீப் கேக்குது.'

'ப்ச்... அப்புறம் மிஸ்ட் கால்ல பார்த்துக்க. ஏதாவது பேசு கண்ணு!'

'என்ன பேச?'

'ஏதாவது... சிவாஜி எப்ப ரிலீஸாம்?'

சீதாராமன் உயிர் பிரியும்வரை ப்ரீத்தா, போனை அணைக்கவில்லை.

செல்போன்கள் பயனுள்ளவை.

2
நுழைவுத் தேர்வு

பட்டாபி போய்ப் பார்த்தபோது அந்த அருண்குமார் இருபது பேருடன் 'ரேப்பிட் செஸ்' ஆடிக் கொண்டிருந்தான். ஐந்து ரூபாய் கட்டி ஆட வேண்டும். ஜெயித்தால் நூறு ரூபாய்.

'அருண், உன்னைப் பார்க்கணுமாண்டா...'

'சார், நீங்க அவன்கூட செஸ் ஆடணுமா?'

'இல்லைப்பா. வேற ஆட்டம்!' என்று பட்டாபி பான்பராக்கைக் கிழித்து உதிர்த்து வாயில் தட்டிக் கொண்டார்.

செஸ் போர்டை மடியில் வைத்து, கார் பானட்டின் மேல் வைத்து, மேசையில் வைத்து என்று பலவித நிலைகளில் கண்ணாடி அணிந்த சிறுமிகள், நெற்றியில் விபூதி தொட்ட சிறுவர்கள், நகத்தைக் கடிக்கும் சுடிதார்கள், கன்னத்தில் கை வைத்த ஐடி என்ஜினியர்கள் அனைவரும் ஒரே எதிரியுடன் ஆடிக் கொண்டிருந்தார்கள். ஒவ்வொருவரையும் வீதி வலம் வரும் பெருமாள் மண்டகப் படிபோல, கொஞ்சம் கொஞ்சம் நின்று ஒரு கணத்தில் காயை நகர்த்தி விட்டு நகர்ந்து கொண்டிருந்தான் அருண்.

பத்து நிமிஷத்தில் ஏறக்குறைய அனைவருக்கும் கை கொடுத்து விட்டு வந்தவன், நல்ல சிவப்பாக

இருந்தான். உதடுகள் சிகரெட் பிடித்ததில் கரு நீலமாக இருந்தன. கண்ணாடிக்குப் பின் கண்ணின் புன்னகையில் சிநேகம் இருந்தது.

'இன்னும் ஒரு கேம்தான் பாக்கியிருக்கு. இதோ வந்துருவான்.'

'உன் பேர் என்னப்பா?'

'கோதண்டராமன் - கால் மி கோண்ட்ஸ். அருணுடைய அசிஸ்டண்ட்.'

பட்டாபி 'அருண் என்ன படிக்கிறான்?' என்று கேட்டார்.

'ட்ராப்-அவுட் சார். தனக்குச் சொல்லித் தர லெக்சரர்ஸ் இல்லைங் கறான். மகா விஷ்ணு மாதிரி பேசுவான். கண்டுக்காதீங்க. அம்மா - அப்பா தண்ணீ தெளிச்சு விட்ட கேசு.'

'டேய்... என்னைப் பத்தி இல்லாததும் பொல்லாததும் சொல்லாதே! எப்படி எதுகை மோனை. என்ன சொன்னான்?'

'நல்லதுதான் சொன்னான். நீ ஒரு ஜீனியஸ்னான்.'

'அறிவாளி யார் தெரியுமா? தன் அறியாமையை ஒளிச்சு வெக்கத் தெரிஞ்சவன். என்ன விஷயம்? டோர்னமெண்டுக்கு ஸ்பான்சர் பண் றீங்களா? உங்ககிட்ட ரெய்க்கி படி பாசிட்டிவ் எனர்ஜி கக்கறது. உங்களுக்குத் தொப்புளை நோண்டினா மூத்திரம் வருமா?'

'இல்லைப்பா, நான் ட்ரை பண்ணதில்லைப்பா' பட்டாபி, 'சரிதான் இது நிசமாகவே கிறுக்கு. ஜாக்கிரதையாக இருக்க வேண்டும்' என்று தீர்மானித்தார்.

'என் பேர் பட்டாபி... சரவணன்னு ஒருத்தர்தான் உன்னை... உங்களைப் பத்திச் சொன்னார்.'

'வந்த விஷயத்தைச் சொல்லுங்க பட்டு மாமா?'

'ஒரு எண்ட்ரன்ஸ் எக்ஸாம் எழுதணும்...'

'எழுதுங்கோ, ப்ரமோஷன் பரீட்சையா...கோச்சிங் வேணுமா, பேப்பர் திருத்தறவன் மனசைத் திருத்தணுமா?'

'பரீட்சை நீ எழுதணும்!'

'நானா? இருக்கிற எல்லா எக்ஸாமும் போன வருஷம் பாஸ் பண்ணியாச்சு ஓய்... சொன்னியாடா கோண்ட்ஸ்?'

'இன்னொரு பையனுக்குப் பதிலா...'

'ஆள் மாறாட்டமா?'

'ஆமா. சட்டுனு புரிஞ்சுண்டுட்டியே!'

'ஆளை விடு சாமி... இடத்தைக் காலி பண்ணும். எஸ்கேப்... அபீட்.'

'அஞ்சு லட்சம்!'

எழுந்து சென்றவன் நின்றான்.

'அத்தனையும் கேஷா... நீ ஏதோ அமெரிக்காவில ஃபிலிம் எடுக்கற கோர்ஸ் சேரணும்னு சரவணன்கிட்ட சொன்னியே... அதுக்குத் தானே குருவி சேக்கறாப்பல காசு சேத்துக்கிட்டிருக்கே...'

'வாங்க பேசலாம்.'

'அஞ்சு லட்சமா?' என்றாள் கிருஷ்ணவேணி.

'அஞ்சு லட்சம் ரொம்ப சீப் சகோதரி. கேப்பிட்டேஷன் எத்தனை தெரியுமா?'

'இன்னிய தேதிக்கு மெடிக்கலுக்கு மினிமம் பதினெட்டிலிருந்து இருபத்தஞ்சு லட்சம். அஞ்சு லட்சத்தில் கச்சிதமா முடிச்சூரலாம். இந்த பட்டாபி உத்தரவாதம் தரேன்.'

'சுரேஷ் என்ன செய்யணும்?'

'அவன் பரீட்சைக்கான அட்மிஷன் கார்டை எங்கிட்ட கொடுக் கணும். அவ்வளவுதான்.'

'அப்புறம்...'

'சுரேஷுக்குப் பதிலா அருண்குமார் எண்ட்ரன்ஸ் எழுதிடுவான்.'

'அய்யோ! மூஞ்சியை வச்சுக் கண்டுபிடிக்க மாட்டாங்களோ?'

'அதெல்லாம் பிரச்னை இல்லை. போட்டோவை மாத்தி ஒட்டிடலாம். பாரு வேணி, உம் மகன் எண்ட்ரன்ஸ் எழுதி ரேங்க்

வாங்கற கொடுப்பினை இல்லாதவன். அவன் உம் புருஷன் மாதிரி டாக்டர் ஆகணுமா இல்லையா... அதானே அவரோட கடைசி ஆசை?'

'ஆமா. ஆனா ஒத்துப்பானா?'

'அதை நான் பாத்துக்கறேன். சுரேஷ் பூச்சி, சொன்ன பேச்சு கேக்கும்.'

'எதுக்காக அந்தப் பையன் இதைச் செய்யச் சம்மதிக்கிறான். ரிஸ்க் இல்லையா பட்டாபி?'

'அதான் சொன்னேனே... அவன் ஒரு மாதிரி மேதை. என்னை ஒரு கேள்வி கேட்டான் பாரு... வேண்டாம். போன வருஷம் ஆல் இண்டியா, ஸ்டேட் எல்லா எண்ட்ரன்ஸூம் எழுதி எல்லாத்திலயும் ரேங்க் ஹோல்டர். ஆனால் எதுலயும் சேரலை. திடீர்னு மனசு மாறி ஷார்ட் ஃபிலிம் எடுக்கப் போறானாம். ஏதோ ஃபெஸ்டிவலுக்கு அனுப்ப. அதுக்கு அமெரிக்காவில் ஒரு கோர்ஸ் சேரணுமாம். அஞ்சு பத்தா சேர்த்துக்கிட்டிருக்கான். ஒரு மூணாவது மனுஷன் மூலமா அப்ரோச் பண்ணேன். இந்த மாதிரி சொன்னேன்... 'அகப்பட்டா ஜெயிலுக்குப் போவே'ன்னும் சொன்னேன். அதையும் பார்த்துரலாமே. என் ஃபிலிமுக்கு உதவும்ங்கறான். இந்தக்காலத்து இளைஞர்களை ஒண்ணும் சொல்ல முடியறதில்லை.'

'பணம் எப்ப வேணும்?'

'பரீட்சை எழுதி முடிச்சு மெள்ளக் கொடுத்தா போதும், ஏமாத்த மாட்டான். என்ன... சுரேஷ் எப்படிரா இருக்கே?'

'நல்லாருக்கேன் பட்டாபி மாமா' என்றான்.

பயந்த சுபாவன் என்பது கண்களில் தெரிந்தது. ப்ளஸ் டூவில் ரெண்டுங்கெட்டானாக மார்க். அதனால் தாய்க்குத் தந்த ஏமாற்றத்தை நன்கறிவான். காட்டாங்குளத்தூரில் ஒரு பி.எஸ்.சி. கிடைக்கும்போல இருந்தது. அதற்கும் அலைச்சல். இல்லையேல், திருச்சி மண்ணச்சநல்லூரில் ஓர் ஆர்ட்ஸ் காலேஜில் சைக்காலஜி, லாஜிக், ஜியாலஜி என்று வினோதமான கோர்ஸ் கிடைத்திருந்தது. ஜிப்மார், எய்ம்ஸ் எழுதுவதற்கான தீவிரம் தன்னிடம் இருப்பதாக அவன் நம்பவில்லை. அம்மாவின் முகத்தைப் பார்க்கவும் தயங்கினான்.

‘உன் எண்ட்ரன்ஸ் எக்ஸாமுக்கான ஐடி கார்டைக் கொடு.’

‘எதுக்கு மாமா... நான் எழுதப் போறதில்லை.’

‘குடேன்.’

‘பரீட்சை எழுதாமலே பாஸ் பண்ண வைக்கிறேங்கறார் பட்டாபி மாமா.’

அவன் கண்கள் விரிந்தன.

‘எப்படி சாத்தியம்?’

‘ஏற்பாடு செய்யலாம்.’

‘லஞ்சமா?’

‘இல்லை. வேற ஒரு டெக்னிக்.’

‘பரீட்சை எழுதாமயேவா?’

‘அந்த டீடய்ல் எல்லாம் நான் பார்த்துக்கறேன். நீ எக்ஸாம் ஹால் பக்கம் தலை வெச்சுப் படுக்க வேண்டாம்.’

‘ஆர் யு ஷ்யூர் மாமா. இது தப்பில்லையா?’

‘பாரு, தப்பு ரைட்டெல்லாம் ரிலேட்டிவ். நீ வாங்கின எண்ணூத்தி நாற்பது போறாது. அவனவன் ஆயிரத்து நூத்தி எண்பது, தொண்ணூறுன்னு வாங்கிருக்கான். நமக்கெல்லாம் கோட்டா கிடையாதுங்கறது தெரிஞ்ச விஷயமாச்சே. உங்கப்பாவுடைய கடைசி ஆசைய நிறைவேத்தணும்னா காப்பிடேஷன் இருபத்தஞ்சு லட்சம் கொடுக்கணும். அத்தனை பணம் இல்லை. அஞ்சு லட்சம் புரட்ட முடியும். அதில முடிக்கிற மாதிரி சீப்பா ஒரு வழி இருக்கு.’

அவன் மேற்கொண்டு கேட்க விருப்பமின்றி, ‘அலமாரிலதான் எங்கேயோ வெச்சுருந்தேன். என் கார்டை எடுத்துக் கொடும்மா. மாமா நீங்க சொல்றது அவ்வளவு சுலபமில்லை.’

★

கிருஷ்ணவேணி வீட்டுப் பத்திரத்தையும், லாக்கரில் இருந்த தங்க நகைகளையும் அடகு வைத்து ஐந்து லட்சத்து ஐம்பதாயிரம் புரட்டிக் கொடுத்தாள்.

★

சுரேஷ் இரண்டு லட்சம் பேர் எழுதிய பரீட்சையில், மூன்றாவது ராங்க்கில் பாஸ் பண்ணியதற்கு, பட்டாபி ஒரு பார்ட்டி ஏற்பாடு செய்திருந்தார். அவன் சினேகிதர்களுக்கு.

★

'எப்படிரா... அந்த ரகசியத்தை எங்கிட்டயும் சொல்லேண்டா?'

பட்டாபிதான் பதில் சொன்னார்...

'வருஷம் பூரா தினம் ஃபோகஸ்டா காலைல ஒரு மணி நேரம், மாலை ஒரு மணி நேரம் ப்ரிப்பேர் பண்ணான். கடைசி மூணு மாசம் கோச்சிங் கிளாஸ் போனான்.'

'எப்படா சுரேஷ்? எங்ககூட கிரிக்கெட் ஆடிண்டிருந்தே!'

சுரேஷ்! வாசலையே பார்த்துக் கொண்டிருந்தான். அருண்குமார் எட்டரைக்கு வந்தான்.

சிகரெட்டை மிதித்து அணைத்து விட்டு உள்ளே வந்து சுரேஷின் கையைக் குலுக்கி, 'கங்கிராட்ஸ், ஒபி அடிச்சுப் பாஸ் பண்ணிட்டே' என்றான்.

பட்டாபியிடம் 'இவன்தானா?'

'ஆமா, நீ தனியா வா! ராபணான்னு ஏதாவது சொல்லி வெக்காதே.'

'கேஷ் கொண்டு வந்துட்டீங்களா?'

'பெட்டியில இருக்கு. அம்பதாயிரம் அதிகமாகவே இருக்கு. அம்மாவுக்கு ரொம்ப சந்தோஷம்.'

'அந்த மாதுஸ்ரீயைச் சந்திக்கலாமா?'

'தேவையில்லை.'

'எப்படி மூணாவது ரேங்க் வந்துச்சுன்னே தெரியலை. என்னை விட புத்திசாலி ரெண்டு பேர் இருக்காங்களா? நம்ப முடியலை. எங்கேயோ ஒரு மல்ட்டிபிள் சாய்ஸ்ல மிஸ்டேக் பண்ணிருக்கேன். பென்சில் கூரா இல்லை. ரீவேல்யுவேஷன் கேளும். ரேங்க் இம்ப்ரூவ் ஆகும்.'

'வேண்டாம்பா!' மூணாவது ரேங்க் போதும்பா. ஆளை விடு...தலை தப்பிச்சது தம்பிரான் புண்ணியம். சிக்கன் சாப்பிடு.'

'நான் ஹிட்லர் மாதிரி வெஜிட்டேரியன் சாமி. எனக்கு வேற வேலையிருக்கு. ஒரு ஜெர்மன் ஃபிலிம் ப்ரொஜக்ஷன் இருக்கு' என்று பெட்டியை வாங்கிக்கொண்டு புறப்பட்டுச் சென்றான். அவர்கள் எல்லாம் பஃபே சாப்பிட்டுவிட்டு கலகலப்பாகப் பேசிக்கொண்டிருந்தார்கள்.

'எந்தக் காலேஜ்ல சேரப் போறே?'

'எதில வேணா சீட் கிடைக்கும். எம்.எம்.சி. அவப்பா படிச்சது. இன்னம் தீர்மானிக்கலை' என்றார் பட்டாபி.

'என்னடா நீ பேசவே மாட்டேங்கறே. அவரே பதில் சொல்லிக் கிட்டிருக்கார். அவரா பரீட்சை எழுதினாரு?'

சுரேஷ், 'மாமா ரொம்ப நாழியா அந்த ஆசாமி எதுத்தாப்பல டேபிள்ல உக்காண்டிருக்காரே, நம்ம பார்ட்டிக்கு வந்தவரா?'

பட்டாபி பார்த்தார். தனியாக ஒரு மேசையருகில் சாந்தமாக உட்கார்ந்து கொண்டிருந்தவரை அணுகி, 'சார் உங்களுக்கு யார் வேணும்?'

'சுரேஷுங்கறவரைப் பார்க்கணும்' என்றவருக்கு, நாற்பத்துச் சொச்சம் வயசிருக்கலாம். அவர் கிராப்பும் தோரணையும் அதிகாரம் காட்டியது. சஃபாரி சூட். அதற்கு இன்னும் கனம் சேர்த்தது.

'நீங்க...'

'என் பேரு மனோகர். ஸ்டேட் போலீஸ்ல, சி.ஐ.டி. பிராஞ்ச்ல இன்ஸ்பெக்டர். ஒரு இன்வெஸ்டிகேஷன் பண்ண வந்திருக்கேன். சுரேஷ்ங்கிறவரைப் பார்க்கணும்.'

பட்டாபி பதறாமல், 'அதுக்கு சுரேஷ் எதுக்கு?'

'அந்தப் பையனைக் காட்டுங்க முதல்ல.'

'எதுக்கு?'

'எண்ட்ரன்ஸ் எக்ஸாம் பத்தி விசாரிக்கணுங்க.'

'பர்ட்டிக்குலரா என்ன விசாரிக்கணும்?' என்றார் பட்டாபி.

‘அவருடைய ஐடி கார்டைப் பார்க்கணும். போலி ஏதோ நடந்திருக்கு. அது சம்பந்தமா ரேங்க் வாங்கின மாணவர்கள் மாஸ்டர் ரிஜிஸ்டர்ல கொடுத்திருக்கற போட்டோவும் ஐடி கார்டில இருக்கிற போட்டோவும் ஒத்துப் போவுதான்னு பார்க்கணும்.’

பட்டாபி பதற்றத்தைக் கட்டுப்படுத்திக்கொண்டு, ‘நிச்சயம் கோ-ஆப்பரேட் பண்றோம். இப்ப பார்ட்டி நடக்குது.’

‘நீங்க யாரு?’

‘சுரேஷுடைய மாமா.’

‘அவசரமில்லை. வீட்டு அட்ரஸ் சொல்லுங்க. இல்லை காலைல பத்தரை மணிக்குள் J3 போலீஸ் ஸ்டேஷனுக்கு வாங்க.’ என்றவர், ‘நாளைக்குக் காலைல ஐடி கார்டைத் தேடி எடுத்து வையுங்க என்ன... என்ஜாய் யுவர் பார்ட்டி, குட் நைட்!’ என்று புறப்பட்டுச் சென்றார்.

பட்டாபி சுரேஷைத் தனியாக அழைத்தார்.

‘யார் மாமா அது?’

‘சுரேஷ்! நாளைக்குக் காலைல இந்த ஆசாமி வந்து ஐடி கார்டு கேட்பார். ‘தொலைஞ்சு போச்சு. தேடி அப்புறம் தரேன்னு’ சொல்லிடு. எக்காரணத்தைக் கொண்டும் ஐடி கார்டைக் காட்டாதே.’

‘என்ன ஆச்சு பட்டாபி மாமா?’ என்றான் குரல் நடுக்கத்துடன்.

‘அது வந்து... ஒரு மாதிரி பிரச்னை ஆய்டுத்து. கவலைப்படாதே. சமாளிக்கலாம். அம்மா எங்கே?’

கிருஷ்ணவேணி அரிதாகப் பட்டுப்புடவை அணிந்து எல்லோருடனும் சிரித்துப் பேசிக்கொண்டிருந்தாள். பட்டாபி அவளைத் தனியாக அழைத்து, ‘உங்கிட்ட பாக்கி எவ்வளவு பணம் இருக்கு?’

‘ஓ... ஆயிரம் ரெண்டாயிரம் இருக்கும்... அது பார்ட்டிக்குப் போயிடும். ஏன்?’

‘ப்ச்! போறாது.’

‘எதுக்கு பட்டாபி?’

‘இல்லை... ஒரு சி.ஐ.டி. இன்ஸ்பெக்டர் விசாரிக்க வந்தான்.’

சுரேஷ் கைகள் நடுங்க, ‘எல்லாம் உன்னாலே... உன்னாலே! டாக்டர் ஆகணும், டாக்டராகணும்னு உசிர பிடிங்கினே... இப்பப் பாரு ஜெயில்ல போடப் போறா.’

‘இர்றா... ‘ஐடி கார்டு கிடைக்கலை, தூக்கி எறிஞ்சுட்டேன்’னு சொன்னா ஒண்ணும் பண்ணமுடியாது.’

‘அப்பவும் சந்தேகப்படுவாளே... ஒரிஜினல் ஜெராக்ஸ் வெச் சிருந்தா.’

‘இர்றா... நீயே உங்கப்பன் குதிருக்குள் இல்லைன்னு சொல் லிடுவ போலிருக்கே. என்னைக் கொஞ்சம் யோசிக்க விடுங்கோ! கிருஷ்ணவேணி, உனக்குப் புரியலே.’

‘இல்லை’என்றாள்.

‘ஒண்ணும் பிரச்னை இல்லை. கார்த்தாலை பார்த்துக்கலாம். அவன் யாரு, என்ன பேரு, எப்படி அப்ரோச் பண்ணனும்னு...’

‘பட்டாபி! அவன் லஞ்சம் கேட்டாலும் காசில்லையே!’

‘அந்தப் பையனையே கடன் கேட்டுப் பார்க்கலாம்.’

‘குடுப்பானா?’

‘என்ன பட்டாபி... நீதானே இதில மாட்டி விட்டே எங்களை?’

‘ஆமாம். நான்தான் மாட்டி விட்டேன். நல்லது நினைச்சு... இந்த துரை ஊர்ச் சுத்தாம ஒழுங்கா படிச்சிருக்கலாமில்லையா?’

சுரேஷ் விம்மி விம்மி அழ ஆரம்பித்தான்.

‘இரு... இரு! நீ அழாத. ஜெயிலுக்குப் போறதா இருந்தாலும் நான்தான் போகணும். உனக்கு ஒண்ணும் ஆகாது! அவங்களுக்கு எவ்வளவு தெரியும்னு நமக்குத் தெரியாதவரை ஒண்ணுமே நடக்கலைங்கற அசம்ஷன்ல யோசிக்கலாம்.’

‘கண்டுபிடிச்சுட்டாங்களா! அடடா...’ என்றான், அருண்குமார். மந்தைவெளியில் மூன்றாவது மாடியில், அவனுடைய ஒரு ரூம் ஃப்ளாட்டில் டி.வி. பார்த்துக் கொண்டிருந்தவன்.

‘கண்டுபிடிச்சதா தெரியலை. சந்தேகத்தின் பேர்ல விசாரிக்க வந்திருக்கார். லஞ்சம் கேட்டா அந்தம்மாகிட்ட மேற்கொண்டு பணம் இல்லை. என்ன செய்யறதுன்னு முழிக்கிறோம்... நீ வேணா கைமாத்தா...’

அருண்குமார், ‘பணத்தை நான் அப்படியே வச்சிருக்கேன். பெட்டி கிடக்கிறது பாரும். திறந்துகூடப் பார்க்கலை. அதை எடுத்துக் கிட்டுப் போயிடும். ஏதாவது பிரச்னைன்னா என்னைக் காட்டிக் குடுத்துருங்க. அவங்க என்னை வந்து விசாரிக்கட்டும். மை காட். திஸ் இஸ் த்ரில்லிங். என்.டி. டி.வி., சி.என்.என்., சன், ஜெயா, விஜய் எல்லாரும் வருவாங்க. விசாரிக்கட்டும். தீவிரவாதி மாதிரி மூஞ்சில கட்டம் போட்ட துண்டைப்போட்டு மறைச்சுண்டு... மை காட்!’

‘அதெல்லாம் ஒண்ணும் ஆகாது அருண்குமார்.’

அவன் கவனம் டி.வி. திரையில் இருந்தது. ‘விட்டாண்டா கேச்சு! இவன்தாண்டா மேன் ஆஃப் தி மேச்சு! போலீஸ் தர்ட் டிக்ரி மெத்தட்ஸ்ல கொட்டையைப் பிசைஞ்சிருவாங்க பட்டாபி! லொக் லொக்குனு இருமல் வரும்.’

‘பயமுறுத்தாதேப்பா!’

‘உபயோகப்படும்னா எப்ப வேணா வந்து சூட்கேசை எடுத் துட்டுப் போங்க!’ என்றான் அருண்குமார்.

‘அடிச்சாண்டா சிக்ஸர்.’

ஜே த்ரீ போலீஸ் ஸ்டேஷன் வாசலில் சற்றுத் தள்ளி ஒரு சந்தில் இன்ஸ்பெக்டர் சந்திக்கச் சொல்லியிருந்தார்.

‘பாருங்க பட்டாபி, போலீஸ்கிட்ட எதையும் மறைச்சுப் பிரயோ சனமில்லை. ஐடி கார்டு தொலைஞ்சு போச்சுன்னு சொன்னதே காட்டிக் கொடுக்குது. உண்மையை ஒப்புத்துக்கிட்டா உங்க ளுக்கு இந்த நெட் ஒர்க்கின் ஆழத்தைக் கண்டுபிடிக்க போலீசுக்கு உதவுனீங்கன்னு பாராட்டுகூடக் கிடைக்கும். தனி ஆசாமியா, கேங்கா... நினைச்சு சொல்லுங்க?’

‘இன்ஸ்பெக்டர் நீங்க எவ்வளவு எதிர்பார்க்கறீங்க?’

அவர் முகம் இறுகியது. 'என்னை தப்பா கணக்குப் போட்டுட் டீங்க பட்டாபி. வாங்க ஸ்டேஷன்ல வச்சு இண்ட்ராக்ஷன் பண்ணலாம். உம் புத்திப்போறது பாரு...'

'ஸாரி... ஸாரி! உண்மையைச் சொல்லிடறேன். அதான் எல்லா ருக்கும் நல்லது. பரீட்சை என் மருமான் சுரேஷ் எழுதலைங்க. அருண்குமார்னு ஒரு புத்திசாலிப் பையன் எழுதினான்.'

'அப்படி வாங்க வழிக்கு. எத்தனை கொடுத்தீங்க?'

'அஞ்சு லட்சம். அவன் ஏதோ படம் எடுக்கறானாம். கோர்ஸ்ல சேர பணம் சேத்துக்கிட்டிருக்கான். ஒரு மாதிரி கிறுக்கன்.'

'அவன் மட்டும் தனியா... இல்லை கூட்டாளிகள் உண்டா?'

'தனி ஆசாமி.'

'அவன் விலாசம் கொடுங்க.'

'தேவையா?'

கோபமாகப் பார்த்தார்.

பட்டாபி கொட்டி விட்டார்.

'மந்தவெளியில ஒரு ஃப்ளாட்ல இருக்கான். காலைல போனா பி.எஸ்.ஐ. ஸ்கூல்ல செஸ் ஆடிட்டிருப்பான். ப்ளீஸ், அவனை ஒண்ணும் செய்துராதீங்க. எல்லாத்துக்கும் நான்தான் காரணம்.'

'பயப்படாதீங்க. அந்தப் பையனை எதும் செய்யமாட்டேன்.'

'என்னை அரஸ்ட் பண்ணிக்குங்க.'

'அதும் தேவையில்லை. கேஸ் க்ளோஸ்டு!'

'ஏன்' என்றார் புரியாமல்.

'எனக்கும் ஒரு மகன் மக்குப் பையன் இருக்கான். வர வருஷம் எண்ட்ரன்ஸ் எழுதணும்' என்றார்.

3

கொல்லாதே

சின்னா துப்பாக்கியை எடுத்து எடை சோதிப்பதை, குரு கவலையுடன் பார்த்தான்.

'ஜாக்கிரதை. எப்பவும் துப்பாக்கியைத் தள்ளிப் பிடிக்கணும். கீழ காட்டணும். சுடறதா இருந்தாத் தான் விரல் ட்ரிக்கருக்குப் போகணும்.'

'எல்லாம் தெரியும் குரு' என்றான் சின்னா.

'லைசென்சு இல்லாம நீ இவ்வளவு நெர்வஸா இருக்கறதால சொல்றேன்'

சின்னா மறுபடியும் ஒரு மடக்கு ரம் 'ராவாக' அடித்தான்.

'போதும் சின்னா.'

'உபதேசம் பண்ணாதே. ரமேஷுடைய ஆளுங்க நிச்சயம் இங்க தேடிக்கிட்டு வரத்தான் போறாங்க. துப்பாக்கி தேவைப்படும்.'

'பாரு, துப்பாக்கி நம்மோடது இல்லை. பயன் படுத்தறதுக்கு இல்லை, பயப்படுத்தறதுக்கு. தெரியுதா. நான் போய்ட்டு வேலையை முடிச்சுட்டு வர்றவரைக்கும் ஏதாவது ஏடாகூடமா ஆயிருச் சுன்னா, பயம் காட்ட மட்டும் இதைக் காட்டு. நான் திரும்ப வர்றவரைக்கும் இடத்தை விட்டு நகராதே.

ஃப்ரிஜ்ல எல்லாம் இருக்கு, தின்னு. குடிக்காதே. போதும் காலைலருந்து நிறைய ஆய்டுச்சு.'

'போ குரு. அவனை முடிச்சுட்டுவா.'

அப்போது டெலிபோன் மணி அடித்தது.

'இந்த நம்பர் யாருக்கும் தெரியாது, எடுக்காதே, எடுக்காதே' என்றான் குரு.

'எடு எடு' என்று பதினெட்டு தடவை கெஞ்சி விட்டு நின்றது. மீண்டும் அடித்தது.

'சின்னா எடுக்காதே.'

பாய்ந்து எடுத்தான். 'தேவடியா மவனுகளா... என்னடா வேணும் உங்களுக்கு!'

'எக்ஸ்க்யூஸ் மி. ஐம் கவிதா ஃப்ரம் சிட்டி பேங்க். உங்களுக்கு ஒரு லோன் சாங்ஷன் ஆகியிருக்கு.'

'வைடி போனை, லோனை கொண்டைல செருகிக்க.'

குரு கோபத்துடன், 'சின்னா! எதுக்குப் பதறிப் போற...'

சின்னா, சின்னக் குழந்தை போல... மாலை மாலையாகக் கண்ணீர் உகுத்து முகத்தில் பீதி, பயம், மரண பயம் தெரிய அழ ஆரம்பித்தான்.

'குரு, ரமேஷ் நம்ம ரெண்டு பேரையும் விட்டு வெப்பான்கற?' என்றான் அழுதுகொண்டே. 'போட்டுத் தள்ளாமத் தூங்க மாட்டான்.'

ஜன்னல் கதவின் திரையைப் பிரித்துத் தெருவில் பார்த்தான். காலியாக இருந்தது. இஸ்திரி வண்டிக்காரர் நிழலில் பீடி குடித்துக் கொண்டிருந்தார்.

அவன் கன்னத்தைத் துண்டால் துடைத்து, 'நாம இங்க இருக்கறது யாருக்கும் தெரியாது. கவலைப்படாதே... அமைதியா இரு.'

'என்னதான் செய்யப் போறே?'

குரு ஃப்ரிட்ஜிலிருந்து ஐஸ் வாட்டர் எடுத்து நிதானமாகக் குடித்தான். 'அவன் நம்மைக் கொல்ல வரத்துக்குள்ள அவனை

நாம் கொன்னுடறது. கேங்கே பெட்டிப் பாம்பா அடங்கிப் போய்ருவானுங்க. எல்லாரும் நம்ம பக்கம் பால் மாறிருவாங்க.'

'இன்னொரு கொலையா?'

'ஆமாடா. வேற வழியில்லை. நீ செஞ்ச அவசர காரியத்தால, கெட்டுக் குட்டிச் சுவராயிடுச்சே.'

'அந்தப் பொண்ணு குறுக்க வருவான்னு யார் நினைச்சாங்க குரு? நான் என்ன சும்மா லேசா ஒரு தட்டுத் தட்டத்தானே போனேன்.'

'லேசாவா? ஹ! இன்னும் அந்தப் பெண் கோமாவிலிருந்து கண்ணு முழிக்கலை' - குரு அந்தக் கந்தரகோல சம்பவத்தை மறுபடி யோசிக்கத் தயங்கினான்.

தேர்தல் முடிவுகள் வந்த விஷக் கடிவேளை அது. ஜெயித்த தொண்டர்கள் மிதப்பிலும் தோற்ற தொண்டர்கள் ஏமாற்றத் திலும் மதுக்கடைகள் திறக்கக் காத்திருந்து ஏற்றிக் கொண்ட போதை ராத்திரி.

சின்னா, தான் தோற்றதில் மிகவும் நொந்து போயிருந்தான். உதட்டைத் துடைத்துக்கொண்டு புறப்பட்டான். 'எங்கடா சின்னா கிளம்பிட்டே.'

'அவங்களைப் பார்த்து, கள்ள ஓட்டுப் போட்டு ஜெயிச்சதுக்குக் கை குலுக்கிட்டு வரேன் குரு'.

'போகாதே வெறுப்பேத்துவான். உனக்குத் தாங்காது பொத்துக் கிட்டு வரும்'.

'இல்லை. வெற்றிக்கு வாள்த்து சொல்லணும். அதான் தேர்தல் நியாயம். நம்ம தலைவரே சொல்லியிருக்காரு.'

'இரு. நானும் வரேன். உன்னை நம்பறதில்லை.'

தொண்டர்பவனில் பிரியாணியும் இனிப்புகளும் ஓடிக் கொண் டிருந்தது. பட்டாசு வெடித்துக் கொண்டிருந்தார்கள். அவை களைக் கவனிக்காமல் சின்னா தைரியமாக நடந்தான்.

ரமேஷ், சின்னாவைப் பார்த்து, 'வாய்யா சின்னச்சாமி, என்ன ஆட்டம் காட்டினீங்கடா, எதுக்கு வந்தே? கட்சி மாறவா?'

‘ரமேசு, என் உடம்பில கடைசி துளி ரத்தம் இருக்கறவரைக்கும் கட்சி மார்றதில்லை. இன்னிக்கு நீ ஜெயிப்ப. நாளைக்கு நாங்க. உங்களைப்போல தினசரி ஒரு கட்சி இல்லை, அடி மட்டத் தொண்டருங்க.’

‘பின்னே எதுக்கு வந்தே. வான்கோழி பிரியாணி துன்னவா?’ கோபத்தை அடக்கிக்கொண்டு, ‘வாழ்த்துச் சொல்ல வந்தோம். அவ்வளவுதான்’ என்றான் குரு.

‘சிந்தாதிரிப்பேட்டை கூட்டத்துல என்னடா சொன்னான் இவன்... படுத்துக்கிட்டே ஜெயிப்போம்... த்தா தோத்தா மொட்டை போட்டுக்கறம்னான்.’

‘போடுரா.’

‘வேண்டாம் ரமேசு பெருந்தன்மையா விட்டுருவம். இவன் மயிரு நமக்கு எதுக்கு?’ ரமேஷும் புல் தண்ணியில் இருந்தான். ‘உனக்கெல்லாம் எதுக்குடா கிராப்பு. கோண வகிடு? போடுரா மொட்டை.’

‘சின்னா. வா போகலாம். சந்தர்ப்பம் சரியில்லை.’

‘இரு, குரு என்னவோ சொல்றான். கேட்டுட்டுப் போகலாம். எனக்கு மொட்டைபோட இந்த நாட்ல யாராவது இருக்காங்களா சொல்லு குரு. திருப்பதி சாமி கூட கேட்டுட்டுத்தான் மொட்டை கேப்பார்.’

‘சின்னா வந்துரு.’

‘...த்தா திருப்பதி சாமியாடா நீ?’ ரமேஷ் அவனைக் கன்னத்தில் அறைந்தான். அதன் பின் கை கலப்பு நேரிட்டது. குருவையும் சின்னாவையும் அவர்கள் தொடர்ந்து தாக்கினர். டிஷ்யும் டிஷ்யும் இல்லாத சண்டைக் காட்சி போலத்தான் இருந்தது. ஆனால், ரத்தம், வீக்கம், பல்லுடைந்து சிதறியது எல்லாம் நிஜம்.

சின்னா முரடன். கையில் கண்டது எதையும் தூக்கி அடிக்கிற பலசாலி. அப்போது அங்கே இருந்த வலுவான மர பெஞ்சை எடுத்து மடேர் என்று மண்டையில் போடப்போய், இனிப்பு வழங்க குறுக்கே வந்து விட்ட ரமேஷின் இரண்டாம் மனைவி யின் மண்டையில் பட்டு ரத்தம் பீறிட்டது.

அனைவரும் மயங்கி விழுந்தவளுக்கு என்ன ஆச்சு என்று கவனிக்கையில், இவர்கள் தப்பித்து, மோட்டார் சைக்கிளில் ஏறி வந்து விட்டார்கள். அடையார் பாலம்வரை துரத்தியிருக்கிறார்கள். அதற்குப் பிறகு ட்ராஃபிக்கில் கரைந்து போனார்கள்.

'மூத்த சம்சாரத்தைப் போட்டிருந்தாகூட மன்னிச்சிருப்பான். சின்ன வீடு. செல்லண்டா அவனுக்கு.'

'அந்தப் பொம்பளையை யார் குறுக்கே வரச் சொன்னது.'

'சுளுவா சொல்லிட்டே. இப்ப நம்ம ரெண்டு பேரையும் கொன்னே தீருவேன்னு சபதம் எடுத்துருக்கானாம். என்னையும் சேர்த்துக்கிட்டான் பாரு' என்றான் குரு.

'கொஞ்ச நாள் பாம்பே போயிரலாம்.'

'அங்கேயும் அவன் ஆளுங்க உண்டு. ராஜன், தாவூத்துன்னு. முதல்ல பஸ் ஸ்டாண்டு, ரெயில்வே ஸ்டேஷன் வரை போகலாம். எல்லாம் போலீஸ் கண்காணிக்கும். கொஞ்ச நாள் பதுங்கியே இருக்கணும்.'

ஜன்னலை மறுபடி திறந்து பார்த்தால் சிறுவர்கள் கிரிக்கெட் விளையாடிக் கொண்டிருந்தார்கள்.

உள்ளே வந்து டி.வி. ரிமோட்டை இலக்கில்லாமல் இயக்கினான். சன் நியூசில் தயங்கினான். 'இந்தப் பரபரப்பான சம்பவத்துக்குப் பிறகு, அவருக்கு முழு போலீஸ் பாதுகாப்பு அளிக்கப் பட்டிருப்பதாக கமிஷனர் கூறினார். தேர்தலுக்குப் பிறகு ஏற்பட்ட மோதலில் திரு. ரமேஷின் மனைவியைத் தாக்கியவர்களை விரைவில் பிடிப்போம் என்று கமிஷனர் அறிக்கை விடுத்திருக்கிறார்...'

'போலீஸ் வரத்துக்குள்ள அவனே வந்துருவான் சின்னா...'

ரமேஷின் வீட்டு முகப்பும் அவனது பெயர்ப் பலகையும் திரையில் காட்டப்பட்டது. ஒரு ரிசர்வ் போலீஸ் கான்ஸ்டபிள் துப்பாக்கியுடன் வீட்டைக் காவல் காப்பது தெரிந்தது.

'சேனலை மாத்துரா... காலைலருந்து திருப்பித் திருப்பி இதையே காட்டிட்டிருக்கான். எப்படி உள்ள போவே?'

'யோசிக்கிறேன்.'

தன்னைச் சுற்றி ஆராய்ந்து, 'இது யார் வீடு?'

'ஜகன்து. எப்பநாச்சியும் தள்ளிட்டு வருவாங்க. எல்லா வசதியும் பொருளும் இருக்கு பாரு. பீச்சு காத்து சுகவாசம். அவசரப்படாம அமைதியா இரு. அவசரத்தாலதான் வம்பு வந்தது. ஞாபகம் வெச்சுக்க.'

'என்ன தனியா விட்டுராதே குரு.'

'இது என்ன?'

'துப்பாக்கி.'

'இதான் துணை.'

அதில் கார்ட் ரிட்ஜ்கள் இருப்பதைக் கவனித்தான்.

'இது ஜகனுடைய துப்பாக்கி. ஒரு நண்பனுக்கும் மேல. மறுபடியும் சொல்றேன், சுடக் கூடாது.'

'எனக்கு இன்னும் ஒரு ஃபுல் வாங்கிட்டு வந்துரு. ரெண்டு நாளைக்குத் தாங்கும்' திரையில் இப்போது சமச்சீரான போஷாக்கும் வலுவான பற்களும் சருமப் பாதுகாப்பும் சுவாசப் புத்துணர்ச்சியும் முடிந்து, 'தங்கப் பதக்கம்' தொடர்ந்தது. சிவாஜி கணேசன் போலீஸ் சீருடையில் ட்ரிம்மாக இருந்தார். 'சின்னா! ஐடியா கிடைச்சிருச்சு.'

கோடம்பாக்கம் பாலத்தின் மேலேறாமல் பக்கவாட்டிலுள்ள தெருவில் நுழைந்து, கல்யாண மண்டபத்துக்கு நான்கு வீடு தள்ளி மாடியில் இருந்தது சுண்ணாம்படித்து பத்து வருஷமான அந்தக் கட்டடம்.

மாடி வராந்தாவில் ஒரு ப்ளாஸ்டர் முகத்தின் தலையில், ஈரமான விக் காய்ந்து கொண்டிருந்தது. குரு படியேறி வந்த போது அந்தச் சிறுவன், 'என்ன வோணுமா?' என்றான்.

அலமாரியில் பற்பல ராஜா உடைகளும், தலைப் பாகைகளும், தொப்பிகளும் பாஸ்டருக்கான அங்கிகளும், ருத்திராட்ச மாலைகளும், திரிதண்டங்களும், காவி உடைகளும், வக்கீல் கருப்புக் கோட்டுகளும், வெள்ளைக் காலர்களும், டவாலி குறுக்குப் பட்டைகளும், நர்ஸ் சீருடைகளும், கோடம்பாக்கத்தின் கதைத்

தேவைகளை எதிர்பார்த்துக் காத்திருந்தன. 'நைனா கஸ்டமர் ஒஸ்துன்னாரு.'

நைனா என்று அழைக்கப்பட்டவர் சாப்பிட்டு முடித்து விட்டு ஏப்பத்துடன் வந்தார்.

'மா பேரு ராஜு' பாதாள பைரவியிலிருந்து காஸ்ட்யும்ஸு நாங்கதான் சப்ளை.'

'போலீஸ் உடை ஒண்ணு வேணும், ராஜுகாரு.'

'என்னி ரோஜு?'

'ம்... ஒரு வாரம்.'

'ஏம் பிக்சரு.'

'பிக்சர் லேது ஒரு டிராமாவுக்கு.'

'இன்ஸ்பெக்டரா? போலீஸ்காரரா? டெமில் நாடா, ஆந்த்ராவா?'

'போலீஸ் அதிகாரி மாதிரி வி.ஐ.பி. மந்திரிகளை எல்லாம் காவல் காக்கறாங்களே?'

'ரிசர்வ் போலீஸா?'

'ஆமா அதேதான்.'

'ஒக்க நிமிஷம்' என்று உள்ளே சென்றான்.

'இந்தாங்க உங்க பேரு அட்ரஸ், போன் நம்பர் ராசி. அட்வான்ஸ் ரெண்டாயிரம் ரூபாய் ஈயண்டி. டிராமா முடிஞ்சதும் கொண்டாங்க. டேமேஜுன்னா தர்வாத்தா திருப்பி எடுத்துக்க மாட்டோம். ஃபுல் காஸ்ட்யும் காஸ்ட் வாங்கிருவோம். இதில சைன் போடுங்க.'

'கத்தி இருக்குதா? கத்தி காட்டி மிரட்டறா மாதிரி ஒரு சீன் வருது'

'தரேங்க குக்ரி கிச்சன் நைஃப். பட்டாக் கத்தி, வீச்சருவா எது வேணும்?'

'காட்டுங்க பார்க்கறேன்.'

சீருடையை இஸ்திரி போட்டு... ஒரு பெரிய பாலிதீன் பையில் கொடுத்தான். மாமிசம் வெட்டும் கத்தியை துணி போட்டுச் சுருட்டி எடுத்துக் கொண்டான். அங்கிருந்து மேம்பாலத்தின் வலது பக்கத்தில் காலியாக ஈ அடித்துக் கொண்டிருந்த ரெஸ்டாரெண்டுக்குள் சென்றான். 'ஏழு மணிக்குத்தான் சார் திறக்கும்' என்றான். 'நான் ஒரு போலீஸ் அதிகாரி. ஒரு கேஸ் விஷயமா மஃப்டியில் இருந்தேன். டிரெஸ் மாத்திக்கணும். உங்க பாத்ரூமைப் பயன்படுத்திக்கலாமா?'

'தாராளமா சார்.'

பைக்கில் செல்லும்போது, டிராஃபிக் கான்ஸ்டபிள்கள் அவனுக்குச் சல்யூட் அடிப்பதைக் கவனித்தான். தலையை லேசாகத் தாழ்த்தி அங்கீகரித்தான். ரமேஷின் வீடு க்ரீன் வேஸ் சாலையில் இருந்தது. அங்கே மர நிழலில் மோட்டார் சைக்கிளை நிறுத்தி, வீட்டை அணுகினான். காவல் காத்துக் கொண்டிருந்த ரிசர்வ் போலீஸ் கான்ஸ்டபிள், அவனை முதலில் அடையாளம் தெரியாமல் சற்றுத் தயங்கி, எதற்கும் இருக்கட்டும் என்று சல்யூட் அடித்து விறைப்பாக நின்றான். 'கமிஷனர் ஆபீஸிலிருந்து வர்றேன். எல்லாம் சரியா இருக்கில்லை. பார்த்தா டயர்டா இருக்கிறே. உனக்கு ரிலீஃப் எப்ப வரும்?'

'ஐயா, சாயங்காலம் ஆறு மணிக்கு.'

'பின் பக்கம் ஒருத்தர் இருக்காரில்லை. கன்னெல்லாம் சரியா இருக்கில்லை. வி.ஐ.பி.இருக்காரா?'

'உள்ளே இருக்காருங்க.'

'கூட யாரும் இருக்காங்களா கட்சிக்காரங்க?'

'இல்லைங்க புறப்பட்டுப் போய்ட்டாங்க.'

'உள்ளே போய் விசாரிச்சுட்டு வர்றேன்.'

உள்ளே சென்றபோது, ரமேஷின் வேலைக்காரர்கள் இரண்டு பேர் டைனிங் டேபிளில் சாப்பிட்டுக் கொண்டிருக்க, அவனைப் பார்த்ததும் சட்டென்று எழுந்தார்கள். 'நீங்க இருங்க. மிஸ்டர் ரமேஷைப் பார்க்கணும். கமிஷனர் ஆபீஸிலிருந்து வந்திருக்கேன்.'

'தலைவரு உள்ள இருக்காருங்க.'

'ஏசி'க்காக அறை மூடியிருந்தது. திறந்து உள்ளே நழுவி நுழைந் தான். நடு மேசையில் தினத்தந்தி, தினகரன், தினமலர் எல்லாப் பத்திரிகைகளும் இறைந்திருந்தன. ரமேஷ் சோபாவில் சாய்ந்து மத்தியான தூக்கத்தில் இருந்தான்.

இந்த நிலையில் அவனைக் கொல்வது சவாலற்ற கோழைத் தனமாக இருந்தாலும் ரமேஷை விட்டு வைப்பதில் பெரிய அபாயம் இருக்கிறது.

அவன் கண்முன்னே செம்புலி, சிவராமன், ஜீவன், ரத்னவேலு எத்தனை நண்பர்களை இழந்திருக்கிறான்.

கத்தி எடுத்தவன் கத்தியில் சாய்வான்.

குருவின் கத்தி மார்பில் பாய்ந்தபோது, ரமேஷிடமிருந்து 'க்ளக்' என்று ஓவல் டின் விழுங்குவதுபோல் ஒரு சின்ன சப்தம் மட்டும் வந்தது.

பாத்ரூமுக்குச் சென்று கத்தியை நிதானமாகக் கழுவினான். மறுபடி பாலீதின் பையில் போட்டுக்கொண்டான்.

கதவை லேசாகத் திறந்து வெளியே வந்தான்.

வேலைக்காரர்கள் சாப்பாட்டை முடித்துத் தட்டுகளை அலம்பிக் கொண்டிருந்தார்கள். 'நல்லா தூங்கிட்டிருக்காரு. கமிஷனர் ஆபீஸிலிருந்து வந்துட்டுப் போனதாகச் சொல்லிருங்க.'

'சரிங்கய்யா.'

குரு உவகையுடன் நீலாங்கரையில் ஜகனின் கடற்கரை வீட்டுக்குச் சென்று கதவைத் தட்டினான்.

'யாரு?' என்ற குரல் கேட்டது.

'குரு வந்திருக்கேன். கதவைத் திற சின்னா. எல்லாம் முடிஞ் சிருச்சு?'

மௌனம்.

'சின்னா!'

மெல்ல கதவுத் தாழ்ப்பாள் நீக்கப்பட்டுப் பாதி திறக்க... குரு உள்ளே தன்னைத் திணித்துக் கொண்டான்.

சின்னா கலங்கிய கண்ணாடித் திரையிட்ட கண்களால் குருவைத் தலையிலிருந்து கால் வரை பார்த்தான்.

படுக்கையில் வைத்திருந்த துப்பாக்கியைப் பாய்ந்து எடுத்தான். நடுங்கும் கையை மற்றொரு கையால் பிடித்துக் கொண்டான்.

'ஏய்! நான் போலீஸ் இல்லை, குருடா! குரு!' என்று சொல்லி முடிப்பதற்குள் மூன்று முறை சுட்டு விட்டான்.

4
குரல்

'ஆயிரம் ரூபாய் நோட்டா தரலாமா மேடம்?'

'குடுங்க; என்ன... அப்படியே கொண்டுபோய்க் கட்டப் போறேன்.'

'எண்ணிப் பாத்துருங்க மேடம்!'

முப்பது புத்தம் புதிய ஆயிரம் ரூபாய் நோட்டுகளை எண்ணும் போது, விரல் துறுதுறுவென்றது. கைப் பையில் பத்திரமாகப் போட்டுக்கொண்டு அதன் ஜிப்பை மூடி அந்தப் பையை மற்றொரு ரெக்ஸின் பையில் போட்டுக்கொண்டு, அதைத் தோளில் மாட்டிக்கொண்டு, கூடுதல் பத்திரமாக முழங் கையால் உடம்போடு அதை அழுத்திக்கொண்டு வங்கியின் வாசலுக்கு வந்தாள் காயத்ரி...

மாம்பழம் கொட்டிக் கிடந்தது. 'பாஸ்கருக்கு ரொம்பப் பிடிக்கும். வாங்கிக்கொண்டு போகலாமா?' யோசித்தாள்.

'ஒரு சமயத்தில் ஒரு காரியம். முதலில் பள்ளிக்குச் சென்று டொனேஷனைக் கட்டு. அங்கு கீதாவின் அட்மிஷன்தான் முக்கியம்.'

செல்போன் கைப்பைக்குள் ஒலித்தது...

ரம்யா, 'அம்மா, பணம் எடுத்தியா?'

'எடுத்தாச்சு.'

'உடனே கொண்டு கட்டிடும்மா. தாமதமானா சீட்டை வேறு யாருக்காவது கொடுத்துடுவா.'

'அங்கதான் போறேன்' மீண்டும் பையைப் பத்திரப்படுத்திக் கொண்டாள்.

பேங்க் வாசலில் ஒரு பெரியவர், கறுப்புக் கண்ணாடி போட்டுக் கொண்டு கையில் வெள்ளைக் கம்புடன் பொதுவான திசையில் பார்த்துக் கொண்டிருந்தார். 'எச்சூஸ்மி!' என்றார்.

'என்னை யாராச்சும் எதிர்க்கால கொண்டு வுட்டுருவீங்களா?'

செல்போனைக் காதில் வைத்துக் கொண்டிருந்த அந்தப் பெண், 'டோண்ட் நோ டமில்' என்றாள்.

காயத்ரி, 'வாங்க பெரியவரே! நான் க்ராஸ் பண்ண வெக்கறேன்' என்று அவரை நிதானமாகக் கையைப் பிடித்து அக்கரைக்கு, ரெக்ஸ் ஸ்டோர்வரை கொண்டுவிட்டாள். 'டேங்க்ஸ் உம் பேரும்மா?'

காயத்ரியின் தலையை நாடித் தொட்டு ஆசீர்வதித்தார். வயசு சொல்ல முடியவில்லை. நெற்றியில் பெரிய குங்குமப் பொட்டிட் டிருந்தார். கொஞ்சம் கொஞ்சம் லால்குடி பெரியப்பா போலத் தோன்றினார். ஒரு ஆட்டோவை நிறுத்தி ஏற்றி வைத்தாள்.

'பார்த்து அழைச்சுட்டுப் போப்பா... கண் தெரியாதவர்.'

அவரை அன்போடு வழியனுப்பிய பின்தான், பர்ஸைக் காணோம் என்பதை உணர்ந்தாள். முப்பதாயிரம் ரூபாய் பணம், செல்போன், வீட்டுச் சாவி, க்ரெடிட் கார்ட்... வயிற்றில் பள்ளம் விழுந்தது. மேலும் கீழும் பார்த்தாள்.

சென்னை அவள் நிலையை நின்று விசாரிக்காமல், சுறுசுறுப்பாக இயங்கிக் கொண்டிருந்தது.

★

கச்சேரி ரோடு காவல் நிலையத்தில் பாஸ்கரைக் கூப்பிட்டாள்.

'சார் மீட்டிங்ல இருக்காரே மேடம், செல்லில் கூப்பிடச் சொல்லட்டுமா?'

‘செல் இல்லை. நான் வீட்டிலயும் இல்லை. கச்சேரி ரோடு, போலீஸ் ஸ்டேஷனுக்கு போன் பண்ணச் சொல்லு. படபடன்னு வரது. மீட்டிங் பாழாப் போகட்டும்னு சொல்லு.’

‘டிஸ்டர்ப் பண்ணா திட்டுவார் மேடம்.’

★

இன்ஸ்பெக்டர் பெயர் இளவரசு. ‘டென்ஷன் ஆவாதிங்கம்மா. பணம் எவ்வளவு இருந்திச்சு?’ என்றார்.

‘முப்பதாயிரம், பேத்தியைச் சேர்க்க டொனேஷன் கொடுக்க எடுத்துட்டுப் போயிட்டிருந்தேன்?’

‘என்ன காலேஜு?’

‘காலேஜ் இல்லப்பா. எல்.கே.ஜி. கிளாஸ்.’

‘எல்.கே.ஜி.க்கு முப்பதாயிரமா?’

‘மத்தியானத்துக்குள்ள கட்டலைன்னா அந்தச் சீட்டும் போயிடும்.’

‘முப்பதாயிரமா... நாங்கள்லாம் என்ன ஆவுறதுங்க? மூணு பிள்ளைங்க. எதுக்கு கேஷா எடுத்துட்டுப் போனீங்க?’

‘செக் வாங்க மாட்டாங்கப்பா?’

டெலிபோன் மணி அடித்தது.

‘உங்களுக்குத்தாம்மா.’

‘என்ன காயத்ரி. சீக்கிரம் சொல்லு. மீட்டிங்ல இருக்கேன். போலீஸ் ஸ்டேஷன்ல என்ன பண்ணிண்டிருக்கே?’

‘பேங்க்லருந்து பணம் எடுத்தேன். தொலைச்சுட்டேன்.’

‘எவ்வளவு?’

‘முப்பதாயிரம். மத்தியானத்துக்குள்ள கட்டாட்டா சீட்டுப் போயிடும்.’

‘இன்னும் கட்டலையா?’

'தொலைஞ்சுப் போச்சுங்கறேன்?'

'ஓகே... ஓகே... போனாப் போறது. செக்ரட்ரியை அனுப்பி, உடனே கட்டிடச் சொல்றேன். வேற என்ன தொலைச்சே?'

'எல்லா கிரெடிட் கார்டும் போச்சு.'

'உடனே பேங்குக்குச் சொல்லிடச் சொல்றேன். வேற?'

'செல்போன், ஆத்துச் சாவி.'

'சிம்கார்டை டிஸ் ஏபிள் பண்ணிடச் சொல்லிடலாம். கவலைப் படாதே. சாவியை... கார்பெண்டர் கிட்ட சொல்லி, பூட்டை மாத்திடலாம். சத்யத்துக்கு, ரம்யாகிட்ட இன்னொரு சாவி இருக்கில்லை. உனக்கு ஏதும் அடிகிடி இல்லையே!'

'இல்லை... என்ன ஆச்சுன்னா...'

'சாயங்காலம் சாவகாசமா சொல்லு.'

காயத்ரிக்குக் கோபம் பொத்துக்கொண்டது. 'எப்படிப் போனாப் போறதும்பீங்க?'

'பின்ன என்ன சொல்றது? இன்ஸ்பெக்டர்கிட்டப் பேசிக் கண்டுபிடிக்கச் சொல்லு.'

அதோடு பாஸ்கர் நிறுத்தியிருக்கலாம். தொடர்ந்து 'உனக்கு இதெல்லாம் வேண்டாம்னு அடிச்சுண்டேன். பணம் கட்டவெல்லாம் சாமர்த்தியம் கிடையாதுன்னு சொன்னேன். கேக்கலை? 'தர்ட்டி கே' லாஸ்!'

அவள் கண்களில் கண்ணீர் வந்தது. 'என் வளையலை வித்து திருப்பித் தந்துர்றேன்.'

'சே... என்ன பேச்சு இது. இன்ஸ்பெக்டர்கிட்ட கொடு.'

இன்ஸ்பெக்டர் 'ஐயா சொல்லுங்கய்யா' என்று பேசத் தொடங்க ஸ்டேஷன் வாசலுக்கு வந்தாள். லாக்-அப் ரூமில் ஒருவன் அவளைப் பார்த்து, 'ஐயர் வூட்டு அம்மா, ஒரு பிளேட் இட்டிலி வாங்கிக் கொடேன். காலைலருந்து பட்டினி' என்றான்.

குறுகிய தெருவில் இரண்டு பக்கமும் பஸ் போக்குவரத்து சுறுசுறுப்பாக சப்தமாக இருந்தது. இரைச்சலில் காயத்ரி வாய்விட்டு

அழுதது கேட்கவில்லை. ரம்யா, பாஸ்கர் இரண்டு பேரும் சொல்லிக் காட்டுவார்கள். அங்கிதாகூட சொல்லிக் காட்டும்.

'உனக்கேன் பாத்தி இந்த வேலையெல்லாம். அம்மாதான் பார்த் துக்கறேன்னு சொன்னாளே?' என்பாள், பெரிய மனுஷி போல.

'என் தப்புப்பா, இவர் டூரு போயிருந்தாரா, எனக்கு ரெவ்யூ மீட்டிங் இருந்ததால அம்மாவை அனுப்பினேன். இப்படி சொதப்புவான்னு தெரிஞ்சிருந்தா லீவு போட்டுட்டுப் போய்க் கட்டித் தொலைச்சிருப்பேன்.'

என் எல்லா நகைகளும் பேத்திகளுக்குத்தானே. இரட்டை வடம் சங்கிலியை விற்றால் போச்சு.

உள்ளே வந்தாள்.

'ஐயா, உங்க மேடம் கொடுத்த புகார் மேல எஃப்.ஐ.ஆர். பதிஞ் சிருக்கேங்க. ஒரு எம்.ஓ. க்ரைம் மாதிரி தெரியுது. கண்டுபிடிக்க முயற்சி பண்றேங்க. மேடம்தான் ரெண்டு மூணு வாட்டி ஸ்டேஷன் வர வேண்டியிருக்கும்.'

'நிச்சயம் வரேன் இன்ஸ்பெக்டர்' என்றாள்.

'அய்யா, வராங்களாம். அம்மா கொஞ்சம் ஜாக்கிரதையா இருந் திருக்கலாம். பெரிய அமவுண்ட். மொள்ளமாரிப் பசங்க. எப்படி யெல்லாம் ஏமாத்தறாங்க. கண்ணு தெரியாத மாதிரி நடிச்சு...'

காயத்ரிக்கு உள்ளுக்குள் மறுபடியும் அழுகை பீறிட்டது.

இன்ஸ்பெக்டர் கொண்டு வந்த வெந்நீர் காபி சுகமாக இருந்தது. 'சரியா சொல்லுங்க. பேங்கிலிருந்து பணம் எடுத்தீங்க... வெளிய வந்தீங்க...'

நடந்ததை அப்படியே விவரித்தான்.

'களவாணிப் பயங்க ஊரும்மா இது. கண்ணு தெரியாத மாதிரி நடிச்சு ஏமாத்திருக்கான் பாருங்க. என்ன கில்லாடிஅவன்.'

'எனக்கென்னவோ அந்தப் பெரியவர் மேல சந்தேகம் வரலை.'

இன்ஸ்பெக்டர் சிரித்தார். 'பார்த்தீங்களா அந்த அளவுக்கு நம்ப வெச்சிருக்கிறான். பெரியவரா? முடிச்சவுக்கி, சோமாரி' என்றார்.

‘கறுப்புக் கண்ணாடி, கைல வெள்ளைக் கம்பு, கதர் ஜிப்பா, தாடி. அவரைப் பார்த்தா என்னால அடையாளம் சொல்ல முடியும்.’

‘எல்லாம் பொய்ம்மா. கண்ணாடி பொய், தாடி பொய், இந் நேரத்துக்கு வேற ஆளா மாறியிருப்பான். இப்படி ஒரு கோஷ்டி அலையுதுங்க இந்த ஏரியாவில். ஒவ்வொரு நாளைக்கு ஒவ்வொரு வேஷம். சேல்ஸ்மேன் மாதிரி, கேபிள் ஆபரேட்டர் மாதிரி... ஏன் போலீஸ்காரன் மாதிரிகூட வரானுவ... பேங்கிலருந்து வெளியே வந்தபோது, உங்ககிட்ட பணம் இருந்திருக்கு?’

‘நிச்சயமா?’

‘யாரும் வந்து பையைப் பிடுங்கிட்டுப் போகலை.’

‘இல்லை.’

‘அந்தக் கபோதியை எப்படி அழைச்சுட்டுப் போனீங்க?’

‘கையைப் பிடிச்சு, சுமார் ஒரு நாப்பதடி அந்தாண்டைப் பக்கம் கொண்டு விட்டேன். அப்புறம் ஆட்டோவிலே ஏத்தி வச்சேன்.’

‘ஆட்டோ நம்பர் ஏதாவது ஞாபகம் இருக்கா?’

‘இல்லை. மஞ்சள் ஆட்டோ?’

‘சென்னைல எல்லா ஆட்டோவும் மஞ்சள்ங்க.’

‘குங்குமப் பொட்டு, தாடியை வச்சுண்டு கண்டுபிடிக்க முடியாதா?’

‘எல்லாத்தையும் அழிச்சுருவானுங்க. அடுத்த வேஷம், டுபாக்கூர் சேல்ஸ்மேனா போடுவான். தனிப்பட்ட அடையாளம் சொல்லக் கூடியதா, வேற ஏதாவது யோசிங்க. முகத்தில் வடு, காயம், கால் நொண்டி?’

‘குரல்? அந்தக் குரலை நான் மறக்கவே முடியாது இன்ஸ்பெக்டர். ‘எச்சூஸ்மி’ன்னு கொச்சை இங்கிலிஷ்.’

இன்ஸ்பெக்டர் ஏமாற்றத்துடன் ‘குரலை வச்சுட்டு கண்டு பிடிக்கறது கஷ்டம். காலைல வாங்க. வட்டாரத்து ரௌடி ஷீட்டர்ங்க, கேடிங்க நாலு பேத்தை வரவழைக்கிறேன்.’

★

பவித்ராவுக்கும் ரமேஷுக்கும் அமெரிக்காவுக்குப் போன் போயிருக்கும். ராத்திரி கூப்பிடுவார்கள். சொல்லிச் சொல்லிக் காட்டுவார்கள். 'உனக்கு எதுக்கம்மா இதெல்லாம். கட்டின புடவை அவிழறது தெரியாது உனக்கு.'

வீட்டுக்கு வந்தபோது ரம்யா காத்திருந்தாள். 'வா! உனக்காகத் தான் கதவைத் திறந்து வச்சிருக்கேன். நான் மறுபடி ஆபீஸ் போகணும்; வா வா வா!'

'சாரி; கண்ணும்மா. உங்க எல்லாருக்கும் ட்ரபிள். ரம்யா, கார்த்தாலை என்ன ஆச்சு தெரியுமா?'

'அப்பா சொன்னார்ம்மா. கவலைப்படாதே பணம் கட்டியாச்சு.'

'முப்பதாயிரத்துக்கு என் ரெட்டை வடச் செயினை...'

'அம்மா இப்ப உன்னை யாரும் பணம் கேக்கல. எதுக்கு உளப்பறே?'

'இல்லைடி. எனக்கு ஆத்து ஆத்துப் போறது.'

அங்கீதா... 'பாத்தி, திருடன் காச தூக்கிண்டு போய்ட்டானாமே... கொஞ்சம் எச்சரிக்கையா இருக்கக் கூடாதா பாத்தி.'

'எச்சரிக்கை... எங்கடி செல்லம் இந்த வார்த்தையெல்லாம் கத்துண்டே' என்று ரம்யா வியந்தாள்.

'அம்மாடி பெரிய மனுஷி... உனக்காக பாட்டி எத்தனை கஷ்டப் பட்டிருக்கா. தாங்யூ சொல்லு. பாட்டிக்கு முத்தா கொடு. அம்மா நான் வரேன்' என்று ரம்யா காலில் இறக்கை கட்டிக் கொண்டு புறப்பட்டாள்.

ராத்திரி ஒரு மணிநேரம் ரமேஷும் பவித்ராவும் இன்டர் நேஷனல் கால் போட்டு விசாரித்தார்கள். பின்னிரவில் மூன்று மணிக்கு எழுந்து மௌனமாக அழுதுகொண்டிருந்தாள். திடுக் கிட்டு விழித்த பாஸ்கர்...'எதுக்கு அழறே காயத்ரி!'

'நாப்பத்தேழு வயசு பொம்மனாட்டி! ஒரு சின்ன சாமர்த்தியம் இல்லாமல் இருக்கேனே. ரம்யா, ரமேஷ், பவித்ரா ஏன் சின்னதுகூட கேக்கறது.'

மீண்டும் தூண்டில் கதைகள் ○ 45

‘ஃபர்கெட் இட் காயத்ரி. முப்பதாயிரம் பெரிய அமவுண்ட் இல்லை.’

‘எப்படின்னா மறக்கறது. எனக்கு அவனைப் பாத்து கன்னம் கன்னமா இழைச்சுப் ‘படுபாவி! எதுக்குடா! கண் தெரியாத வங்களை அப்படிக் கொச்சைப்படுத்தினே? அவங்க என்னடா உனக்கு அவ்வளவு இளப்பம்னு கேக்கணும்?’

‘சரி...படு.’

‘அவனைப் பார்க்கத்தான் போறேன். அவனை ஜெயிலுக்குள்ள தள்ளாம விட மாட்டேன். என்னோட இன்னொரு ரூபம் உங்க ளுக்கெல்லாம் தெரியாது.’

‘சரீ... ஏமார்றவா இருக்கறவரைக்கும் ஏமாத்தறவா இருந் துண்டே இருப்பா’ அந்த இடது கை ஆறுதலின் அவமானத்தை நிராகரித்து ‘நாளைக்கு என் கூட போலீஸ் ஸ்டேஷன் வந்து அந்த இன்ஸ்பெக்டர் கிட்ட நீங்க யாருன்னு சொல்லிட்டுப் பேசினா, சீக்கிரம் கண்டுபிடிச்சுடுவா.’

‘ஆளை விடும்மா. எனக்கு ப்ரேக்ஃபாஸ்ட் மீட்டிங் வெள்ளக் காரனோட இருக்கு. தர்ட்டி மில்லியன் காண்ட்ராக்ட் ஃபர்ஸ்ட் ஃபேஸ்.’

மறுநாள் அதிகாலை அங்கிதாவையும் கூட்டிக்கொண்டு போலீஸ் ஸ்டேஷன் சென்றாள்.

‘திருடன் இங்கதான் இருக்கானா பாத்தி?’

‘ஏதாவது தெரிஞ்சுதா இன்ஸ்பெக்டர்.’

‘இன்னும் இல்லைங்க. ஒரு கான்ஸ்டபிளை ஏரியாவில் ரோந்துப் பணியில் போட்டிருக்கோம். அவனைக் கண்டுபிடிச்சாக்கூட திருப்பிக் கிடைக்கும்னு எதிபார்க்காதீங்க. இந்நேரம் செலவழிச் சிருப்பான். தண்ணியடிக்க, கஞ்சா அடிக்க.’

‘நான் பணத்தை எதிர்பார்க்கலைப்பா.’

‘பின்ன?’

‘எப்படி அவன் என் உடம்பில அணைச்சுக்கிட்டு, அவ்வளவு பத் திரமா வச்சிருந்த பையை, நிமிஷமா அடிச்சான்னு தெரியணும்.’

‘பாருங்கம்மா... தினப்படி நாம வாழ்க்கையில அசந்து மறக்கிற கணங்கள் ஏராளம் இருக்குதுங்க. அவைகளைப் பயன்படுத்தறது தான் இவங்க சாமர்த்தியம். கையைப் பிடிச்சு அழைச்சுட்டு வந்தீங்க... அப்ப கொஞ்சம் கையை தளத்தியிருப்பீங்க. கத்தரிச்சிருப்பான். கூட்டாளி இருக்கலாம்.’

‘அந்தக் குரலை நான் மறக்க முடியாதுங்க.’

லாக்கப்பில் இருந்த கைதியை இன்ஸ்பெக்டர் கேட்டார். ‘ஏழு மலை, கண்ணு தெரியாத மாதிரி வேஷம் போட்டுப் பறிக்கிறவன் யாரும் வெளிய வந்திருக்கானா, தெரியுமாடா உனக்கு?’

‘பச்சோந்தி பல வேசம் போடுவான் சாமி. ஆனா அவன் உள்ள ருக்கறான்.’

‘நீங்கள் தினம் வரவேண்டாம்மா. ஏதாவது துப்பு கிடைச்சா சொல்லி அனுப்பறேன். அப்ப வந்தா போதும். இனி கேஷ் எடுத்துக்கிட்டு தனியாப் போவாதீங்க.’

‘மேற்படி உலகமே சொல்லியாச்சு. நீங்க ஒருத்தர்தான் பாக்கி’ என்றாள். அவருக்குப் புரியவில்லை.

பதினைந்து நாளாகியும் எதும் துப்பு கிடைக்கவில்லை.

காயத்ரி ஒவ்வொரு முறை சொல்ல வரும் போதும், பாஸ்கர் தடுத்து, ‘திருப்பித் திருப்பி அதையே சொல்லி போர் அடிக்காத காயத்ரி. பணம் போனது போச்சு. அவ்வளவுதான். மற...’

‘எப்படின்னா?’ என்று கெஞ்சினாள்.

பவித்ரா மறுபடி போன் பண்ணியிருந்தாள்.

‘அம்மா, பேசாம அமெரிக்கா வந்துரு. உன் கிரீன் கார்டு ரெனியு பண்ணனும். உனக்கு இங்கயும் ஒரு பேத்தி இருக்கா. ரம்யா பைத்தியம் மாதிரி இங்கே உன்னை பேங்குக்கெல்லாம் அனுப்ப மாட்டேன். இந்த ஊர்லயும் சன் டி.வி. வர்றது. ஆத்துக்கிட்டயே நாப்பது நிமிஷத்தில் ஒரு பெரிய்ய மால் வந்திருக்கு. நாள் முழுக்க சுத்தலாம். பொழுது போறதே தெரியாது. ரமேஷும் வீக் எண்ட்ல காலேஜ்லேருந்து வந்து இருப்பான். எல்லாரும் க்ராண்ட் கேன்யன் போகலாம்.’

‘எல்லாம் அந்தக் கடங்காரனைக் கண்டுபிடிச்சப்பறம்தான்’ என்றாள்.

‘என்னம்மா நீ... சொன்னதையே சொல்லிண்டிருக்கே. போய்ட்டுத்தான் வாயேன்’ என்றாள் ரம்யா.

‘அவன்குரல்... அவன் குரல்’ என்றாள்.

அப்பாவும் மகளும் ஒருவரை ஒருவர் பார்த்துக் கண் சாடை காட்ட, அங்கிதா ‘பாத்தி பாவம்மா’ என்றாள்.

ஏறத்தாழ அந்தச் சம்பவத்தை மறந்து விட்ட நிலையில் காயத்ரி பெசன்ட் நகரில் அக்கா பெண் சுப்ரியாவைப் பார்க்க ஒரு ஆட்டோவில் ஏறிக்கொள்ள முயன்றபோது, ‘எச்சூஸ்மி, இந்த பஸ் அண்ணா நகர் போவுங்களா?’ என்ற குரல் கேட்ட உடனே, உடலெல்லாம் சிலிர்த்தது. அதே குரல்! தனிப்பட்ட டிம்பர் வாய்ஸ் பாக்ஸில் ஜெனட்டிக் கோளாறினால் பெண்மை மிளிரும் ஆண்மைக் குரல்... அதே குரல்தான். சந்தேகமே இல்லை. அதே எச்சூஸ்மி. ஆனால், இளைஞன். பஸ்ஸில் ஏறிக்கொண்டு விட்டான். கண்டக்டரின் விசிலும் கேட்டு, கியர் போடும் சப்தமும் கேட்டு விட்டது.

காயத்ரி அவசரமாக, ‘சாரிப்பா நான் பஸ்ல போய்க்கறேன்’ என்று சொல்லிவிட்டு, ஓடிப் போய் அதனுடன் அபாயகரமாக நடந்து, தொத்திக்கொண்டு ஏறி விட்டாள்.

‘என்ன பெரியம்மா, காலேஜ் பசங்க மாதிரி ரன்னிங்ல ஏர்றீங்க. அடுத்த பஸ்ல வரக் கூடாதா?’

கையெல்லாம் வியர்த்திருந்தது. ‘சே! என்ன துணிச்சலான காரியம் செய்கிறேன்’ பஸ்ஸினுள் நல்ல கூட்டம். அவன் சட்டை கலர் ஞாபகம் இருந்தது. முன்னால் நின்று கொண்டிருந்தான். மெல்ல மெல்ல அவனை அணுகினாள். யாரோ எழுந்து இடம் கொடுத்தார்கள்.

அவன் நின்ற இடத்தின் அருகிலேயே இருக்கை. சன்னல் வழியாகக் குனிந்து வெளியே பார்த்துக் கொண்டிருந்தான்.

தாடி இல்லை. கறுப்புக் கண்ணாடி இல்லை. வெள்ளைக் கம்பு இல்லை. குங்குமப் பொட்டில்லை.

கண்டக்டர் வந்து, 'எங்க சார் போகணும்.'

'அண்ணா நகர் ஈஸ்ட்.'

சந்தேகமில்லை. அதே குரல்தான். இவளை அவனுக்கு ஞாபகம் இருக்குமா தெரியவில்லை. இவன்தானா என்பதும் தெரிய வில்லை. பக்கத்தில் வீற்றிருந்த பெண்ணிடம் வலுக்கட்டாய மாகப் பேசினாள்.

'இப்பல்லாம் ரொம்ப ஜாக்கிரதையா இருக்க வேண்டியிருக்கு. இப்படித்தான் பாருங்க. அன்னிக்கு பேங்க்லருந்து வெளில வரேன். திருடன் ஒருத்தன் கண் தெரியாத மாதிரி பாசாங்கு பண்ணி, பாவி... பணத்தை அடிச்சுண்டு போய்ட்டான்' என்றாள்.

அந்தப் பெண் வியப்பில், 'என்கிட்ட எதுக்குச் சொல்றீங்க?' என்றாள்.

'சில பேருக்குக் கேக்கட்டுமேன்னுதான்.'

அவன் சட்டென்று, 'எச்சூஸ்மி' சொல்லிக்கொண்டு முன்னால் நகர்ந்தான். பஸ் சிக்னலுக்கு நின்றபோது, சட்டென்று இறங்கிக் கொண்டான். ஒரு ஆட்டோவில் தாவி ஏறிக் கொண்டான்.

காயத்ரி சன்னல் வழியாக எட்டிப் பார்த்து, 'டேய் உன்னை நான் விட மாட்டேண்டா' என்றாள்.

சிக்னல் கிடைத்துப் புறப்படவிருந்த பஸ்ஸிலிருந்து மற்றொரு அசட்டுத் துணிச்சல் காரியம் செய்தாள். குதித்து இறங்கினாள். 'பைத்தியம் போலிருக்கு' என்றாள் அந்தப் பெண்.

'இதப் பார்றா... பொம்பளை மோஷன்ல எறங்குது' என்று யாரோ வியந்ததைக் கவனிக்காமல், சட்டென்று ஒரு ஆட்டோவை நிறுத்தினாள்.

'எங்கம்மா போகணும்?'

'அதோ, 'முருகன் துணை'ன்னு போட்டிருக்கே? அந்த ஆட்டோ பின்னால போப்பா. இருபத்தஞ்சு முப்பது, நம்பர்.'

'அம்மணி, நீங்க போலீஸா?'

மீண்டும் தூண்டில் கதைகள் ○ 49

‘இல்லைப்பா. எங்கிட்ட முப்பதாயிரம் கொள்ளையடிச்ச கயவாளி, அதில போறான். பிடிச்சே ஆகணும்.’ ஆட்டோ புறப்பட.

‘பின்னாலயே போ… இருபத்தஞ்சு முப்பது… நம்பரை விட்டுராதே, பாத்துக்க.’

‘என்ன ஆச்சு தாயி?’

இவனிடமாவது விவரமாகச் சொன்னாள்.

‘எனக்கு என்னன்னா, கண் தெரியாதவன் மாதிரி நடிச்சு ஏமாத்தினான் பாரு, அதான் ரொம்ப வருத்தம். எங்கப்பா கடைசி பதினஞ்சு வருஷம் கண்ணு தெரியாம வாழ்ந்தார். பெரிய சான்ஸ்க்ரிட் பண்டிட். மகான்.’

ஆட்டோக்காரர், ‘இப்படித்தாம்மா நானும் ஏமாந்திருக்கேன். ஒரு ஃபாரினர் மீனம்பாக்கம், நுங்கம்பாக்கம், அயனாவரம், மைலாப்பூர், மவுண்ட்ரோடு, தங்கசாலைன்னு நாள்பூரா எழுநூறு ரூபாய்க்கு ஓட்டிட்டு காணாத போயட்டான். வெள்ளைத் தோலுக்கு ஏமாந்தேன். அவனை மட்டும் பார்த்தா சீவிருவேன். இந்த வண்டிதானேம்மா.’

‘ஆமாம்பா. கவலைப்படாதே இந்தா அட்வான்ஸ்.’

‘மெரிச்சு மரிச்சுரவா?’

‘வேண்டாம் ஓடிடுவான். எங்க போய் நிக்கறான்னு பாத்துட்டு போலீஸுக்கு அட்ரஸைச் சொல்லிடலாம்.’

‘கில்லாடி நீங்க.’

‘பணம் தொலைச்சப்புறம் வந்த ஞானம்பா.’

அகலமான ஓர் மார்க்கெட்டைத் தாண்டி ஏரிக்கரை ஓரம் காளான் கள்போல முளைத்திருந்த ஆஸ்பெஸ்டாஸ் கூரை வீடுகள். குடிசை அருகில் அந்த ஆட்டோ நின்றது.

பணம் கொடுத்து விட்டு அவன் உள்ளே செல்ல, சற்று தூரத்தில் காயத்ரியின் ஆட்டோக்காரர், ‘இப்ப என்னம்மா?’ என்றார்.

‘முதல்ல அட்ரஸைக் கேட்டு வச்சுக்கறேன்.’

'தனியா போவாதீங்கம்மா' என்று அவன் சொன்னதைக் கேட்காமல், அந்த வீட்டுக்குள் ஈர்க்கப்பட்டாள். சைக்கிள்களையும் காய்கறி வண்டியையும் கடந்து கறுப்பு வெள்ளையில் பொதிகை ஓடிக் கொண்டிருந்த வீட்டையும், மற்றொன்றில் தரையில் உட்கார்ந்து வி.சி.டி.யில் திருட்டுப் பயலே பார்த்துக் கொண்டிருந்த வீட்டையும் தாண்டி...

பெயர் தெரியாது. அவன்தானா தெரியாது. அவனிடம் எஞ்சி யிருக்கும் வன்முறையின் அளவு தெரியாது.

காயத்ரி! எதற்காக இத்தனை ரிஸ்க் எடுத்துக்கொண்டு இந்தப் பைத்தியக் காரியம் செய்கிறாள் என்பது புரியவில்லை. என்னத்தை நிரூபிக்க விரும்புகிறாள்? 'நான் அத்தனை ஏமாளியல்ல. என் பிள்ளைகளின் சாமர்த்தியம் என் ஜீனிலும் உண்டு' என்றா?

அந்தக் கதவைத் தட்டினாள்.

கதவு பாதி திறந்து ஒரு குழந்தை எட்டிப் பார்த்தது. அதன் பின் ஒரு சிறுமி எட்டிப் பார்த்தாள். 'யார் வேணும்?'

'யார் வேணும்?' என்று மற்றொரு குழந்தை குரல் கேட்டது. உடனே 'அப்பா இல்லை' என்றது பழக்கப்பட்ட பொய்யால். உடனே... காயத்ரி அவ்விடத்தின் அலங்கோலத்தைப் பார்த் தாள். கந்தலாகப் பாய் போட்டிருந்தது. தரையில் தண்ணீரையோ, மூத்திரத்தையோ ஒரு குழந்தை தட்டிக் கொண்டிருந்தது. இடுப்பில் குழந்தையுடன் வந்த அந்தப் பெண் கர்ப்பமாக இருந்தாள்.

அதன்பின் அவன் தோன்றினான். ஒரு கிழவி அவன் கழுத்தைக் கையால் மாலையிட்டுத் தொங்கிக் கொண்டிருந்தாள். அவளைக் கயிற்றுக் கட்டிலில் வைத்தான்.

'அன்னிக்கு பேங்க்ல.'

'ஆமாங்க! அது நான்தாங்க!' என்றான்.

★

'க்ரேட், க்ரேட்! ஹாட்ஸ் ஆஃப் யு காயத்ரி. ரம்யா உங்கம்மாவுக்கு லேடி ஷெர்லக் ஹோம்ஸ் பட்டப் பேர் கொடுக்கலாம். பவித்ராவுக்கு உடனே போன் பண்ணு. அவன் யாரு?

இன்ஸ்பெக்டரைக் கூப்பிட்டு உடனே அரெஸ்ட் பண்ணத் தகவல் சொல்லிட்டியா?'

'இல்லை. சொல்லப் போறதில்லை.'

'என்னது?'

'நாலு குழந்தை... வயித்தில ஒண்ணு, கை-கால் விளங்காத வயசான அம்மாவை ஆட்டுக்குட்டி மாதிரி தூக்கி அலைஞ்சிண் டிருக்கான். இவன் கொள்ளையடிச்சா பரவால்லைன்னு தோணிடுத்து.'

'வாட் டு யூ மீன்? திருட்டு திருட்டுதானே?'

'ரெண்டரை வயசுக் குழந்தைக்கு முப்பதாயிரம் ரூபாய் அட்மிஷனுக்கு வாங்கறதுகூட திருட்டுதான்' என்றாள்.

5
கம்ப்யூட்டர் சாமியார்

கம்ப்யூட்டர் சாமியார் என்றும், ஹைடெக் யோகி என்றும் அழைக்கப்பட்ட சுவாமி நவநீதானந்தா, ஜலத்தின் மேல் நடக்கப் போகிறார் என்ற செய்திக் குறிப்பு, 'தினநேசன்' பத்திரிகைக்கு வந்திருந்தது. 'இதை எழுதுகிறாயா?' என்று எடிட்டர் சோமசேகர் கேட்டபோது, காவ்யாவுக்கு உற்சாகமாகவும் தயக்கமாகவும் இருந்தது.

சுவாமியைப்பற்றி அவரது வெப் சைட்டில் பார்த்தது பிரமிக்க வைத்தது. 'பாப்' பாடகிகளிலிருந்து அணு விஞ்ஞானிகள்வரை அகிலமெல்லாம் சிஷ்ய கோடி களாம். வருஷத்தில் ஒன்பது மாதம் அமெரிக்கா, கனடா, ஆஸ்திரேலியா, ஜப்பான் என்று சுற்றிவிட்டு இந்தியா திரும்பும்போது சென்னைக்கு ஒரு மாதம் வருவாராம். 'நவநீத் மிஷனு'க்கு டோக்கியோ விலிருந்து ட்ரினிடாடு வரை கிளைகள் இருப்ப தாகவும் அறிந்தாள்.

'சென்னை வரும்போதெல்லாம் நாரத கான சபாவில் காலையில் அவர் தரும் கீதை சொற்பொழிவுகளில், அரங்கம் நிரம்பி டி.டி.கே. ரோடு சிக்னல்வரை கார்கள் நிற்கும்' என்றார் சீனியர் ரிப்போர்ட்டர் ராகவாச்சாரி.

'இருக்கிற பிரசித்தி போறாதா, இவர் எதுக்கு ஜலத்தில் நடக்கணும். சாரி மாமா?'

‘நடந்துட்டுப் போறார் . உனக்கென்ன? ஜீஸஸ் லிஸார்டுன்னு ஒரு பல்லிகூட ஜலத்தில் நடக்கிறது. சிலந்தி நடக்கிறது’ ராகவாச்சாரி தகவல் களஞ்சியம்.

‘இவருக்கு வித்தைகள் தேவையில்லையே!’

‘வாஸ்தவம்தான். முன்னெல்லாம் வாயிலிருந்து லிங்கம், காத்திலிருந்து கமல புஷ்பம், விபூதி எல்லாம் வரவழைச்சுண்டிருந்தார். இப்போது அவரது சொற்பொழிவுகளில் தெளிவும் ஆன்மிக ஆழமும் வந்தாச்சு. தந்திரங்கள் எதும் தேவையில்லைதான்.’

‘மாமா நான் இதை எப்படி ரிப்போர்ட் பண்றது?’

‘என்ன ப்ராப்ளம் உனக்கு?’

‘ஜலத்திலயாவது நடக்கறதாவது. பக்வாஸ்.’

‘அப்படி முன் தீர்மானமில்லாமல் போய்த்தான் பாரேன். ‘நிலத்தில் குளித்து நெடு விசும்பேறி ஜலத்தில் திரியுமோர் சாரணர்’னு இந்தச் சித்திகளை, ஜைனர்களும் பௌத்தர்களும் செய்ததா மணிமேகலைல சொல்லியிருக்கு. எல்லாம் அபத்தம், ஏமாத்துன்னு உன்னால நிரூபிக்க முடிஞ்சா, சாட்சியங்களோட எழுது. இல்லை, அந்த மகானைக் கேள்வி கேளு. ஏன் சாமி ஊரை ஏமாத்தறீங்க?’ன்னு கேலி பண்ணாதே.’

‘அய்யோ மாமா நான் ஒரு குட்டி ரிப்போர்ட்டர்.’

‘இதெல்லாம்தான் அனுபவம்.’

காலை என்.டி.டி.வி பேட்டியில் சன்கன்களின் பளிச்சில் தன் முன் நீட்டப்பட்ட இருபத்தைந்து மைக்குகளில் சுவாமி நிதானமாகப் பேசினார்.

‘ஆழ் மனத்தைக் கட்டுப்படுத்தினால் உடலைக் கட்டுப்படுத்த முடியும் என்கிறது கீதை. பகவான் இதை ஸ்திதப்ரக்ஞை என்கிறார்.’

‘சுவாமி, யாராலும் தண்ணீர் மேல் நடக்க முடியாது என்று சொல்கிறார்களே?’

சுவாமி சிரித்தார். ‘ஏன்?’

'சுவாமி நீர் மேல் நடப்பது என்பது இயற்கை விதிகளுக்கு முரணான காரியமல்லவா, இயற்பியல் விதிகளை மனித சாஸ்திரத்தில் யாரும் மீறியதில்லையே?'

'கௌதம புத்தர் தன் தந்தை சுத்தோதனருக்குச் செய்து காட்டியிருக்கிறார். ஜென் குரு சொன்னதுபோல், மனத்தைக் காலி பண்ணி விட்டு வா. மீறிக் காட்டுகிறேன். இயற்கைக்கு மேலே ஒரு சக்தி உள்ளது என்று ஒப்புக் கொள்வாயா?'

'உலகமே ஒப்புக் கொள்ளும். நான் 'டைம்' பத்திரிகையிலிருந்து வருகிறேன்.'

'என்னால் காத்திலும் நடந்து செல்ல முடியும்' என்றார்.

விவாதம் சட்டென்று, சுவாமியின் திடீர் அறிவிப்பால் களை கட்டியது. 'இன்று கம்ப்யூட்டர் சாமியார் நீர் மேல் நடக்கிறார்' என்று 'மாலை நேசன்' அறிவித்தது.

இருள் வரும் மாலை. பெரியார் திடலில் ஆர்க் லைட்களின் பிரமிப்பில், உலகின் பல்வேறு சானல்களிலிருந்தும் கேமராக் காரர்கள் குவிந்து விட்டனர். இங்கர்சால் பகுத்தறிவு இயக்கத்தின் தலைவரும், சிந்தனையாளருமான ரமேஷ் கஸ்தூரியாவைத் தனிப்பட்ட முறையில், அந்த அதிசயச் செயலை அருகே இருந்து கண்காணிக்க ஏற்பாடு செய்திருந்தார்கள். நகர கமிஷனர், துணைவேந்தர், முன்னணி நடிகர், பாடகர் போன்ற பல பெரிய மனிதர்கள் முன்னிலையில், நவநீத் மிஷனின் சர்வதேச அமைப்பின் செயலாளர் கொன் சாலெஸ் வந்திருந்தார். லண்டனிலிருந்து கால் பந்தாட்டக்காரரும் சீடருமான மார்க் டைலர் வந்திருந்தார்.

காவ்யா போனபோது, 'என்ன மேடம் இவ்வளவு லேட்டா வர்றீங்க. கூட்டத்தைப் பாருங்க. இடம் கிடைச்சா அதிர்ஷ்டம். ப்ரெஸ் பாசை காட்டிக்கிட்டே போங்க. எல்லா கேட்டும் மூடியாச்சு.'

காவ்யா சட்டையும் ஜீன்ஸும் அணிந்த இளம் பெண் என்பதால், மக்கள் அளித்த சலுகையினால் கிட்டே போக முடிந்தது. கூட்டம் மூச்சிறுக்கியது. சுவாமி சாந்தமாக, உயர்ந்த மேடை மேல் நாற்காலியில் உட்கார்ந்திருந்தார். கருமையான கேசங்கள், அருவி போல் தோளின் இரு புறமும் வழிந்தன. மெல்லிய காவி நிறத்தில் போர்த்தியிருந்தார். அவர் பாதங்கள் வெள்ளை

முயல்கள் போலத் தெரிந்தன. சதா புன்னகை... தோற்றத்தில் காந்த சக்தி. இவர் கையைப் பிடித்துக் கொண்டு பனி மலைகளில் நடக்கலாம். பாலைவனங்களைக் கடக்கலாம் என்று தோன்றியது காவ்யாவுக்கு. அவர் தன்னையே பார்ப்பது போலத் தோன்றியது. பன்னாட்டு சிஷ்யர்களில் ஒருவரை அழைத்து, காவ்யாவைச் சுட்டிக் காட்டினார். இவளுக்குக் கை வியர்த்தது.

ஒரு செங்கூந்தல் சிஷ்யை ஸ்பானிஷ் உச்சரிப்புடன், 'கம் ஸ்வாமி வந்த்ஸ் யு இன் தெய்ஸ்' என்றாள். காவ்யா கிட்டே போய் பின் வரிசையில் உட்கார்ந்தாள். மேடை மேல் ஒரு நீண்ட பெரிய தொட்டியை நான்கு பேர் கொண்டுவைக்க, அதில் ஓஸ் பைப்பிலிருந்து தண்ணீர் நிரப்பப்பட்டபோது, இனிய கீதங்கள் பல மொழிகளில் ஒலித்தன. சுவாமி புன்னகை மாறாமல் தாளம் போட்டு சுவாரசியமாகக் கேட்டுக் கொண்டிருந்தார்.

அடிக்கடி காவ்யாவை அவர் பார்க்கும்போது, அவளுக்குள் குறு குறுத்து இதயம் ஒரு துடிப்புத் தடுக்கியது. கேமராக்காரர்கள், டி.வி. பத்திரிகைக்காரர்கள் அனைவரும் மேடையருகே, தம் சாதனங்களுடன் ஆவலால் தீட்டப்பட்ட நரம்புகளுடன் காத் திருந்தார்கள். அவ்வப்போது, அங்கங்கே ஃப்ளாஷ் சிமிட்டியது. நீர் நிரம்பி மேடையில் வழிந்தது. தொட்டியின் அருகே தற்காலிக மாகச் சின்னப் படிக்கட்டு வைக்கப்பட்டது.

நிருபர்கள் சிறு சிறு டேப் ரிக்கார்டர்களை நீட்ட, சுவாமி எஃப்எம் மைக்கில் தெளிவான ஆங்கிலத்தில், லேசான மலையாள உச்சரிப்புடன் இவ்வாறு பேசினார்.

'நீர் மேல் நடப்பது பெரிய வித்தையில்லை. கிராமப்புறங்களில் தீமிதி பார்த்ததில்லையா? மனிதனால் பஞ்ச பூதங்களிலும் செல்ல முடியும். நிலத்தில் அனைவரும் நடக்கிறோம். நெருப்பில் சிலர் நடக்கிறார்கள். ஆகாயத்தில் நம் விண்வெளி வீரர்கள் நடக் கிறார்கள். அது போல், நீரிலும் என் போன்றவரால் நடக்க இயலும். இன்று அதைப் பார்க்கப் போகிறீர்கள். நடக்கலாம். தேவைப் பட்டால், காற்றில் நடப்பதை மற்றொரு சமயம் செய்து காட்டு கிறேன். இப்போது உன்னிப்பாகக் கவனியுங்கள்.'

அந்த இடம் சட்டென்று சந்தடி ஒடுங்கி, மௌனத்தில் ஆழ்ந்தது. சுவாமி நவநீதானந்தா காவ்யாவை அழைத்தார். அவள் தோளைப் பற்றிக்கொண்டு தொட்டியின் விளிம்புக்கு வந்து நின்றார். மரப் படியில் ஏறினார். தொட்டியில் ஜலம் நிரம்பித் தத்தளித்தது.

சுவாமி காவ்யாவிடம் தன் கைத்தடியைக் கொடுத்து 'ஆழம் பார்' என்றார். திகைத்துப்போய் அதை ஓடக்காரன் போல் உள்ளே செலுத்தினாள். 'ஐந்தடியாவது ஆழம் இருக்குமல்லவா?' என்று மைக்கை அவள் முன் யாரோ நீட்ட,

'ஆம் சுவாமி' என்றாள் ஹீனஸ்வரத்தில்.

'சாட்டிஸ்ஃபைடு? கமிஷனர் சார் வாங்க.'

அவரும் ஆழம் பார்த்தார்.

சுமார் எட்டடி நீளமும், மூன்றடி அகலமும், ஐந்தடி அடி ஆழமும் இருந்த தொட்டியில், தெளிவான ஜலம் நிரம்பியிருந்தது. சுவாமி அந்த ஜலத்தின் மேற்பரப்பில் கால் வைத்தார். நடந்தார்.

நிதானமாக நடந்தார்.

தொட்டியின் மறு விளிம்புக்குச் சென்று, காவ்யாவிடமே திரும்பி வந்தார். அவள் தோளைப் பிடித்துக்கொண்டு படியிறங்கினார். ஒரு நிமிடத்தில் பக்வாஸ், லெஸிம், மணி, கிண்கிணி போன்ற வாத்தியங்கள் உச்சகட்டமாக வேகம் பெற்று ஆர்த்தன.

சுவாமி மேடையில் இருந்த அதிகாரிகளைக் கை குலுக்கினார். டி.வி. கேமராக்காரர்கள் தொட்டியைப் படம் பிடிக்க ஒவ்வொரு வராக அனுமதிக்கப்பட்டனர்.

ஈரமான மேடையில் அவர்கள் வழுக்கி விழாமல் வாலண்டி யர்கள் பார்த்து அழைத்துச் சென்றனர்.

நீரைக் கவிழ்த்துக் கொட்டியபின் தொட்டியை மேடையிலிருந்து நீக்கி சீடர்கள் தனியாக வைக்க, அதைப் பத்திரிகையாளர்கள் பார்வையிட்டார்கள்.

'இட்ஸ் அன்பிலீவபிள். நம்பவே முடியலை' என்றாள் காவ்யா.

'எப்படி சாத்தியம். இந்த விஞ்ஞான யுகத்தில்?'

'தொட்டியைச் சரியா பாத்தியா?'

'பார்த்தேன். சாரி சார்.'

'கண்கட்டு வித்தையா இருக்கும்.'

'அப்படின்னா?'

'மேஜிக் நிபுணர்கள் செய்யறது. அசந்து மறந்த கணத்தைப் பயன்படுத்தி, நிமிஷமா ஏய்க்கிறது.'

'என்ன சார் கண்ணால பார்த்தேன். அவர் கைத்தடியைக் கொடுத்தார். உள்ளே விட்டு ஆழம் பார்த்தேன். கமிஷனர் பார்த்தார். நடிகர் பார்த்தார். மேயர் பார்த்தார். அத்தனை பத்திரிகைக்காரர்களும் பார்த்தாங்க.'

'எப்படி இருந்தது நடை? அதை வர்ணி.'

'ஒரு மாதிரி ஃபேஷன் மாடல்கள் ரேம்ப் வாக் மாதிரி அடி மேல் அடி எடுத்து வைத்தார்.'

'வேகமாவா?'

'இல்லை நிதானமா.'

'அதுல ஏதாவது சூட்சுமம் இருக்கும். தண்ணி எப்படி இருந்தது?'

'சாதாரண குழாய் தண்ணி.'

'சரி. இப்படி எழுது காவ்யா. 'சுவாமி பார்வையாளர்களிடம் தண்ணீரில் நடப்பதுபோலத் தோற்றத்தை ஏற்படுத்தினார்.'

'தோற்றம் இல்லை மாமா அது. நடந்தார் பார்த்தேன். அதைத்தான் எழுதப் போறேன்.'

'என்ன சொல்லியிருக்கேன் காவ்யா? கண்ணால் காண்பது மெய்யல்ல.'

'தெரியும். தீர விசாரிப்பதே மெய்னு. வந்திருந்த எல்லாரையும் விசாரிச்சேன்.'

'ஒரு விஞ்ஞானியைக் கேள். தொட்டியைத் தட்டிக் கொட்டிப் பாரு. புத்தர், ஏசுநாதருக்கு அப்புறம் இந்த அற்புதச் செயலை யாரும் செய்ததில்லை. சாய்பாபாகூட தண்ணில நடந்ததில்லை. இரண்டாயிர வருஷ சிந்தனையை ஒரு சாயங்காலத்தில் ரத்து செய்ய முடியாதுன்னு எழுது. பிரபஞ்சம் ஆரம்பமான காலத்திலிருந்து இருக்கிற கருணையில்லாத புவி ஈர்ப்பு விதியை, ஒரு

சாமியார் மீறிட்டார்னு எழுதாதே. வேற ஏதாவது ட்ரிக் இருக்கும். உன்னால் கண்டுபிடிக்க முடியலை அவ்வளவுதான்.'

காவ்யா ஹாஸ்டலுக்குத் திரும்புமுன், சங்கீதாவில் இட்லியும் ஸால்ட் லஸ்ஸியும் ஆணையிட்டாள். ஒருவன் அவளையே பார்த்துக் கொண்டிருந்தான். சங்கடமாக உணர்ந்தாள். இவனை எங்கே பார்த்திருக்கிறேன்? முப்பது வயதிருக்கும். டை கட்டி யிருந்தான். அப்போதுதான் குளித்தது போல ராத்திரியிலும் தூய்மையாக இருந்தான். காவ்யாவைப் பார்த்துப் புன்னகைத்தான்.

மற்ற இடங்கள் காலியிருந்தும் அவள் மேசைக்கு வந்து உட்கார்ந் தான். 'ஹாய்... ஐம் ப்ரவீண்! மஹாஜனுக்கு எந்த உறவும் இல்லை. யூ மஸ்ட்பி காவ்யா தினநேசன்.'

'ஹாய் ப்ரவீண்!' தொழிலில் இம்மாதிரிப் பலரைச் சந்தித்திருக் கிறாள். சமாளித்திருக்கிறாள்.

கார்டு கொடுத்தான். 'ப்ரவீண் குமார் ஐ.எஸ்.ஏ. கிளாஸ்.'

காவ்யா தன் பையில் விசிட்டிங் கார்ட் தேடினாள். 'ஸாரி தீந்து போச்சு.'

'தேவையில்லை. உங்களை சுவாமி பக்கத்தில் பார்த்தேன்.'

'நீங்கள் வந்திருந்தீங்களா?'

'நான் இல்லாமயா?'

'ஓ! பக்தரா, சிஷ்யரா?'

'நோ நோ... ஒரு பிளேட் இட்லி ஒரு லஸ்ஸில உயிர் வாழ முடியும்ங்கறீங்க? அதான் இவ்வளவு ஸ்லிம்மா இருக்கீங்க.' வெய்ட்டரிடம், 'ஒரு ட்ரை ஃப்ரூட்ஸ் ரவாப்பா' என்றான்.

'நீங்க நாளைக்கு இந்தச் செய்தியை எப்படி எழுதப் போறீங்க காவ்யா?'

'பாத்ததை எழுதுவேன்.'

'என்ன பாத்தீங்க? சுவாமி தண்ணி மேல நடக்கிறதை நிச்சயமா பார்த்தீங்களா?'

'நான்தான் கிட்ட இருந்தேனே.'

'காவ்யா இது முழுக்க ஒரு ஏமாற்று வேலை.'

'எப்படிச் சொல்றீங்க?'

'சுவாமி நடந்தது ஜலத்தின் மேல இல்லை.'

'பின்ன?'

'எங்க கம்பெனி கண்ணாடி மேல - உன்னிப்பா பாத்தாக்கூட தெரியாம நடுவில் இருந்த குறுகலான கண்ணாடிப் பாதையில் நடந்திருக்கார். ஃபேஷன் மாடல் போல அடிமேல் அடி வச்சு எதுக்கு நடந்தார்? காரணம் பாதை குறுகல்!'

காவ்யாவுக்கு அதைக் கிரகிக்க சற்று நேரமாயிற்று. 'எப்படி ப்ரவீண்! நாங்க எல்லாரும் பாத்தோமே, தெரியவே இல்லயே?'

'தெரியாது! அதான் எங்க கண்ணாடியுடைய மகிமை!'

'உங்க கண்ணாடியா?'

'ஆமாம்! எங்க ஃபாக்டரி ஸ்ரீபெரும்புதூர் பக்கத்தில இருக்கு. எல்லா நாடுகளுக்கும் எக்ஸ்போர்ட் பண்றோம். இந்தியாவில் உள்ள அத்தனை கார்களுக்கும் விண்ட் ஷீல்டு சப்ளை செய்ய றோம். ஓட்டல் வாசல்களில் எங்க கண்ணாடியால மூக்குடைஞ்ச வங்க பல பேர்! கதவுகள் அலமாரிகள்ன்னு எல்லா வகையான கண்ணாடிக்கும் எங்க ஐ.எஸ்.ஏ. கம்பெனிதான் நம்பர் ஒன்.

'மெலிசான வலுவான கண்ணாடி ஸ்ட்ரிப் ஒண்ணை நவனீத் மிஷன்ல ஆர்டர் பண்ணாங்க. நான்தான் அறுத்துக் கொடுத்தேன். இப்படிப் பயன்படுத்துவாங்கன்னு நான் எதிர்பார்க்கவே இல்லை. மனசாட்சி கேக்கலை. அதனால உங்ககிட்டயாவது ரகசியத்தைச் சொல்லிட்டேன். இல்லைன்னா, என் மண்டை வெடிச்சிடும்' ப்ரவீண் எழுந்தான்.

'தொட்டியைக் கவுத்துக் காட்டினாங்களே நாங்க எல்லாரும் பாத்தோமே.'

'எல்லாரும் தொட்டியைப் பாத்தீங்க, மேடை மேல ஈரத்தோட ஈரமா நழுவின கண்ணாடியைப் பார்த்திருக்க மாட்டீங்க.'

'நான் இதை ரிப்போர்ட் பண்ணலாமா?'

'தாராளமா... ஆனா என் பேரை, எங்க கம்பெனி பேரை மட்டும் போடாதீங்க. என் வேலை போயிரும். நீங்களே கண்டுபிடிச்சதா போடுங்க. எதுக்கும் மிஷனுக்குப் போன் செய்து கேட்டுருங்க. அவங்க டினை பண்ணாலும் அதையும் நீங்க போடணும் ப்ளீஸ்.'

'எதுக்கு என்கிட்ட சொன்னீங்க. பேப்பர்ல போடத்தானே?'

'அய்யோ வம்பா போச்சே... மறந்துருங்க. நான் உங்களைப் பார்க்கவே இல்லை; பேசவே இல்லை. பத்திரிகைக்காரங்க கிட்டே பேசறப்ப ஜாக்கிரதையா இருக்கணும். பெரியப்பா சொல்வார்.'

காவ்யா சிரித்து, 'பயப்படாதீங்க! உங்க வேலை போகாதபடி எழுதறேன். எங்களுக்கும் ஒரு தர்மம் இருக்கு!'

'இப்பவே திக்கு திக்குங்கறதுங்க. என்ன எழுதப் போறிங்களோ.'

'நாளைக்குப் பாருங்களேன்!'

'அய்யோ அவசரக் குடுக்கை. உனக்கெல்லாம் எதுக்குடா மனச் சாட்சி!'

'பயப்படாதீங்க...'

'தங்கைக்கு லோன் வாங்கி என்ஜினியரிங்ல சேர்த்திருக்கேன் காவ்யா! வேலை போச்சுன்னா செத்தேன்.'

ராத்திரியே மிஷனுக்குப் போன் செய்தபோது சுவாமி அமெரிக்கா புறப்பட்டுச் சென்று விட்டதாகவும், அக்டோபரில் திரும்பி வருவார் என்றும் தகவல் வந்தது. மனசு கனத்து குழப்பத்தில் தவித்தது. எதை நம்புவது... அற்புதச் செயலையா, அறிவியலையா?

ராகவாச்சாரி உலகக் கோப்பை கால்பந்து பார்த்துக் கொண்டிருந்தபோது, போன் செய்தாள். 'மன்னிச்சிக்குங்க மாமா. புதுசா ஒரு டெவலப்மெண்ட்' ப்ரவீணைச் சந்தித்ததை விவரித்தாள்.

'கார்டு கொடுத்தானா?'

'ஆமாம்! ஐ.எஸ்.ஏ.னு பெரிய கிளாஸ் கம்பெனில வேலை செய்யறான்.'

‘ஓ! ஐ.எஸ்.ஏ.... ஸென் கோபெய்ன் மாதிரி பெரிய கம்பெனி தான். உனக்கு என்ன தோணறது...?’

‘சந்தேகத்தை விதைச்சுட்டான்.’

‘அப்ப இப்படி ரிப்போர்ட் பண்ணு... ‘நீரின் மேல் நடந்தாரா, பிரபல கம்பெனி கண்ணாடி மேல் நடந்தாரா?’ என்பது, சுவாமி அடுத்த முறை இதை அமெரிக்காவிலோ ஆஸ்திரேலி யாவிலோ செய்து காட்டும்போது, இன்னும் உன்னிப்பாகக் கவனித்து விடை கொடுக்கப்படும். இறுதியில் வெல்லப் போவது அறிவியலா? அற்புதச் செயலா? என்பது தீர்மான மாகி விடும்.’

மறுதினம் அவள் எழுதியது தினநேசனில் தலைப்புச் செய்தியாக வந்தது. ‘தண்ணீரா கண்ணாடியா?’

பல் விளக்கி விட்டு பார்க்கில் நடை பயில வெளியே வந்தபோது, ஹாஸ்டல் வாசலில் ப்ரவீண் காத்திருந்தான். கையில் மலர்க் கொத்து. அருகே ஸாண்ட்ரோ கார்.

‘கங்கிராட்ஸ்! பின்னிட்டிங்க. எங்க பேரைப் போடாம காப்பாத் திட்டிங்க. அருமையா நடுநிலை மாறாம எழுதிட்டிங்க. உங் களுக்குப் பிரகாசமான எதிர்காலம் இருக்கு. கம்பெனி காரை எடுத்துக்கிட்டு வந்திருக்கேன். நீங்க என் ஃபேமிலியை மீட் பண்ணியே ஆகணும்.’

‘எதுக்கு?’

‘சும்மா சின்னதா ஒரு கர்ச்சீஃப் போட்டு வெக்கலாம்னுதான்.’

★

காவ்யா எழுதியதைத் தொடர்ந்து தேசிய பத்திரிகைகள் இதைப் பெரிதுபடுத்தின. ‘இண்டியா டுடே’யில் ஒரு அட்டைப் படக் கட்டுரை - "God of Fraud?' வந்தது.

தேசிய சானல் ஒன்று தன் நிருபரை சிஷ்யைபோல் அனுப்பி, மறைமுக கேமரா மூலம் ஆசிரமத்தின் ஓரத்தில் ஒரு மகீந்த்ரா வேனில் துணியால் மூடிவைக்கப்பட்டிருந்த கண்ணாடிப் பாளத்தைப் படம் பிடித்துக் காட்டியது.

மற்றொரு நிருபர் அந்தக் கண்ணாடியைச் சப்ளை செய்தது ஐ.எஸ்.ஏ. கிளாஸ் என்பதை இன்வாய்ஸ் ஆதாரத்துடன அறிவித்தார்.

சுவாமியின் நவநீத் மிஷன் மேல், அதை இழுத்து மூட வேண்டும் என்றும், அதனுள் நடக்கும் நிழலான சமாசாரங்களை ஓய்வு பெற்ற நீதிபதி யாராவது விசாரிக்க வேண்டும் என்றும் ஒரு பி.ஐ.எல் - பொதுநல வழக்கு போடப்பட்டது. அடுத்த மாதத்திற்கு ஒத்திப் போடப்பட்டது.

இதனால் மிஷன் மகத்துவம் குறைந்ததாகத் தெரியவில்லை. சுவாமி அமெரிக்காவிலிருந்து திரும்ப வரும்போது ஏர்போர்ட்டிலேயே கைது செய்யப்படலாம் என்று செய்தி வந்தது.

ப்ரவீண், காவ்யாவை மறுபடி சந்தித்தபோது, சோக முகத்துடன் இருந்தான். 'என்னங்க நீங்க ஆரம்பிச்சது பெரிசா பூதாகாரமா நேஷனல் லெவலுக்குப் போயிருச்சு. என் வேலை போகப் போறது. காஷன் மெமோ கொடுத்துட்டாங்க. டிப்பார்ட்மெண்டல் என்க்வைரி வக்கிறாங்க. யார் கிட்டயாவது எங்க கம்பெனி பேரைச் சொன்னீங்களா காவ்யா?'

'இல்லை ப்ரவீண்.'

'பின்ன எப்படி நான்தான் தகவல் சொன்னேன்னு போட்டிருக்காங்க?'

'பிரஸ்கிட்டருந்து எதையும் மறைக்க முடியாது ப்ரவீண், ஸாரி!'

'நல்லா வேணும் எனக்கு. என் தலையெழுத்துப்படி நடக்கட்டும். கண்ணாடி விக்கிறதுக்கு உங்க ஆபீஸ்ல வேலை ஏதாவது தருவாங்களா?'

'ஐயோ, எல்லாத்துக்கும் ஆதி காரணம் நான்தான்.'

'நீங்க இல்லைங்க. நான் மனசாட்சியை வச்சுக்கிட்டு சும்மா இருந்திருக்கணும். எதுக்கு உங்ககிட்ட சொல்லணும். எத்தனையோ பேர் எத்தனையோ ஏமாத்தறாங்க!'

'விரக்தியா பேசாதீங்க. உங்க நல்ல மனசுக்கு வேற வேலை நிச்சயம் கிடைக்கும்!'

'பீட்ஸா விக்கலாம்னா, டூ வீலர் லைசென்ஸ் கிடையாது எங்கிட்ட?'

'ஐயோ, புலம்பாதீங்க!'

'எங்க வீட்டுக்கு ஒருமுறை வந்து எங்கம்மாகிட்ட பேசினீங் கன்னா, அதைப் பாக்கியமா நினைச்சுப்பேன்.'

'வரேன்...' என்றாள்.

அவன் கண்கள் குளமாயின.

★

சாயங்காலம் அவர்கள் வீட்டுக்குப் போயிருந்தாள். போரூர் அருகே பெரிய வீடு.

'கம்பெனி வீடுங்க. இன்னும் ஒரு மாசம்... ஹூம்!'

'அப்படியெல்லாம் சொல்லாதீங்க. உங்க நல்ல மனசுக்கு ஏதும் கெடுதல் நடக்காது!'

காபி நன்றாக இருந்தது. ப்ளஸ் டூ தங்கை அவளைத் தொட்டுத் தொட்டுப் பேசினாள். ப்ரவீணின் அம்மா இளமையாக இருந்தாள்.

'அம்மா இதான் காவ்யா! நான் சொல்லலை?'

'என்ன சொன்னீங்க ப்ரவீண்?'

'ஒண்ணுமில்லை' என்றான் அவசரமாக.

'உன்னைப் பத்தித்தான் நாலுநாளா பேச்சு. கிளாஸ் கம்பெனில நல்ல வேலைல இருக்கான். உங்கப்பா அம்மா அட்ரஸ் குடு. நீங்க என்ன கோத்திரம்?'

'எனக்கு அந்த விவரம் தெரியாது மாமி. அப்பா அம்மா வுக்குத்தான் தெரியும்.'

'ஏம்மா... உன் நட்சத்திரம் என்னன்னுகூட தெரியாதா?'

'மகம்னு நினைக்கறேன். எதுக்குக் கேக்கறீங்க?'

'எதுக்குக் கேட்பா?'

‘காவ்யா நல்ல ட்ராயிங் போடுவா’ என்று பேச்சை மாற்றினான் ப்ரவீண்.

‘ஜெயலலிதாகூட மகம்தான். மகம் ஜகத்தை ஆளும்பா.’

ப்ரவீண், ‘அம்மா வந்திருக்கறவாளை தொண தொணங்காதே!’

‘உங்ககிட்ட நான் ஒரு விதத்தில் மன்னிப்புக் கேட்கத்தான் வந்தேம்மா. நான் எழுதின ரிப்போர்ட்டால...’

ப்ரவீண் அவளைத் தனியாக அழைத்து, ‘ஆபீஸ் சமாசாரம் எதும் அம்மாவுக்குச் சொல்லலை’ என்றான். ரொம்பப் பதட்டப் படுவா!’

‘உம் மாதிரி பொண் கிடைச்சா ப்ரவீணுக்குப் பெரிய அதிர்ஷ்டம்’ என்றாள் தாய்.

‘கிடைப்பா மாமி!’

‘உங்கப்பாம்மா அட்ரசாவது சொல்றியா...’

‘அடுத்த வாரம் வரப் போறா. கூட்டிட்டு வரேன் மாமி’ என்று சமாளித்தாள்.

ப்ரவீண் அவளைக் காரில் கொண்டுவிடும்போது, ‘நீங்க விட்டேத்தியாகப் பேசறதில ஆச்சரியமில்லை, காவ்யா. எனக்கு வேலை போய்டும், அதனாலேயே!’

‘அய்யோ! அப்படியெல்லாம் எதுவும் நடக்காது’ என்றாள்

அவன் மேல் பரிதாபத்துடன் அவன் நீட்டிய கையைக் குலுக்கி, ‘குட் பை’ என்றாள்.

★

‘வேலையை விட்டுறப் போறியா? உனக்கு என்ன பைத்தியமா?’ என்றார் சாரி.

‘இல்லைன்னா என்னை ரிப்போர்ட்டிங்கிலிருந்து தூக்கிடுங்க சார்.’

‘ஏம்மா?’

‘என்ன நல்ல ஃபேமிலி. நான் கொடுத்த ரிப்போர்ட்னால வேலை போகப் போறது ப்ரவீணுக்கு.’

‘நீ என்ன செய்வே. அவனா வந்து சொன்ன மேட்டரைத்தானே எழுதினே. இன்வெஸ்டிகேட்டிவ் ரிப்போர்ட்டிங்னா அப்படித் தான்.’

‘சார் எடிட்டர்கிட்ட சொல்லி, அந்த ஐ.எஸ்.ஏ. கம்பெனி மேனேஜருக்குப் பேசி ஏதாவது செய்ய முடியுமா பாருங்களேன்.’

‘நான் எடிட்டர் கிட்ட கேக்கறேன். அந்த கம்பெனி எம்டி இவ ருடைய கால்ஃப் பார்ட்னர்னு ஒரு தடவை சொல்லியிருக்கார். அதுக்கு முன்னாடி அவனுக்கு வேலை போகப் போறதான்னு தெரிஞ்சுக்கலாம்.’

மறுநாள் காலை சாரி போன் செய்தார்...

‘ஹிந்து பாத்தியா?’

‘இல்லையே ஏன்?’

‘கடைசி பக்கத்தைப் பாரு முதல்ல...’

ஒரு முழுப் பக்கத்துக்கு விளம்பரம் வந்திருந்தது.

சுவாமி தண்ணீர் மேல் நடக்கும் போட்டோவைப் போட்டு,

> ‘அவர் நடந்தது எங்கள் மேல்!’
> ஐ.எஸ்.ஏ. க்ளாஸ் ஒர்க்ஸ், ஸ்ரீபெரும்புதூர்.

‘பாத்தியா?’

‘புரியலை. சாரி சார்.’

‘இந்தக் கேம்பெய்ன் முழுக்க ஏற்பாடு பண்ணது யார் தெரியுமா?’

‘தண்ணில நடக்கறது... ப்ரெஸ், டி.வி. ரிப்போர்ட்... கண்ணாடின்னு, கண்டுபிடிக்கிற ஸ்கூப்... எல்லாமே திட்டம் போட்டது மிஸ்டர் ப்ரவீண் குமார். அவன்தான் மார்க்கெட்டிங் சீஃப். சுவாமிக்கும் மிஷனுக்கும் ஏறக்குறைய நூறு மில்லியன் டாலர் கொடுத்திருக்காங்க. எல்லாம் ஒரு பப்ளிஸிட்டி ஸ்டண்ட். பாரு இந்த லோகத்தில் பொய்யைப் பொய்யாலதான் வெல்ல முடியும்.’

பிரமித்துப்போய் போனை வைத்தாள்.

சற்று நேரத்தில் மறுபடி ஒலித்தது...

'காவ்யா, ப்ரவீண் பேசறேன். இன்னிக்கு ஹிந்துல வந்த விளம்பரத்தைப் பார்த்தீங்களா?'

'பார்த்தேன்.'

'எப்படியோ கம்பெனில சமாளிச்சுட்டாங்க. எனக்குக் கடுமையான வார்னிங் கொடுத்துட்டு விட்டுட்டாங்க.'

'அப்படியா?' என்றாள்.

'தலை தப்பிச்சது தம்பிரான் புண்ணியம்!'

'அப்படியா?'

'அம்மாவுக்கும் தங்கச்சிக்கும் உங்களை ரொம்ப பிடிச்சுப் போச்சு. அடுத்தது எங்க வீட்டுக்கு எப்ப வர்றீங்க?'

'பாக்கலாம். ஃப்ரீயா இருக்கறப்ப வரேன்; நவீன் கூட.'

'நவீன் யாரு?'

'என்னைக் கட்டிக்கப் போற என்.ஆர்.ஐ. மாப்பிள்ளை' என்றாள்.

போனை வைத்து விட்டு, 'உங்களுக்கு மட்டும்தான் பொய் சொல்லத் தெரியுமா?' என்றாள்.

6

567

அம்மாவுக்கு இதில் இஷ்டமே இல்லை. 'உனக்கு என்னடி அப்படி அவசரம்? அக்கா இருக்கறப்போ தங்கைக்கு முதல்ல கல்யாணம்னா ஊர்ல எல்லாரும் சிரிப்பா.'

'அம்மா ஊர்னா யாரும்மா?'

'எல்லாரும்தான். உங்க சித்தப்பா, சித்தி, அத்தை, கிச்சு மாமா, என் ஓரகத்தி எல்லாரும் சொல்லிச் சொல்லிக் காட்டுவா.'

மகேசுவரி மௌனமாக இருந்தாள்.

'உனக்குக் கல்யாணச் செலவுக்கு இப்ப எங்கிட்ட காசில்லை.'

'அதெல்லாம் சுரேஷ் பார்த்துப்பார்ம்மா?'

'இருந்தாலும் தாலிச் சங்கிலி, ரிசப்ஷன் புடவை, கூரைப் புடவைன்னு குறைந்தபட்சம் அம்பதாயிர மாவது வேணுமே, எங்கே போவேன். ஏற்கெனவே சித்ராவுக்கு அட்மிஷனுக்கு எல்லாப் பணத்தையும் செலவழிச்சாச்சு.'

'நீ ஒரு காசு தர வேண்டாம். நான் பேங்க்ல சேத்து வச்சிருக்கேன்மா என் சம்பளத்தில்...'

'முடியாது, முடியாது, முடியாது.'

உமா, மகேஸ்வரியைப் பார்த்தாள். 'அக்கா சொல்லுக்கா. நீ வேண்டாம்னு சொன்னா நான் பண்ணிக்கலை.'

'வாழ்நாள் பூரா அவ சம்பாதிச்சு தங்கைகளுக்கு தியாகம் பண்ணணும்னு அவ தலை எழுத்தா?'

'அம்மா, சித்த நாழி சும்மாருக்கியா. அக்காவைப் பேச விடு'

மகேசுவரி மெல்ல யோசித்து நிதானமாக வார்த்தைகளை அளந்து பேசினாள்.

'உமா. நீ புத்திசாலி. சுரேஷைப்பத்தி நிறையவே விசாரிச்சு வச்சிருப்பே.'

சித்ரா நிமிர்ந்து நிலைக் கண்ணாடி வழியாகக் கவனித்தாள்.

'உனக்கு நல்லதுன்னு பட்டா தாராளமா பண்ணிக்கோ. எனக்குக் கல்யாணம் ஆகலைங்கறதுக்காக, உன் ஆசைகளைத் தடுத்து நிறுத்த எனக்கு விருப்பமில்லை.'

'ஆசையில்லைக்கா கட்டாயம்.'

'என்னடி சொல்றே?'

அறையில் மௌனம் நிலவியது. சத்யா ஹோம் ஒர்க் பண்ணுவதை நிறுத்தி விட்டான். சித்ரா கண்ணாடி முன் தலை வாரிக் கொள்வதை நிறுத்தி விட்டாள். அனைவரும் உமாவின் அடுத்த வாக்கியத்துக்கு உன்னிப்பாகக் காத்திருந்தார்கள்.

'அம்மா வந்து, வந்து, நான்' அதை அவள் மெல்ல உச்சரித்தாள்.

'அடிப் பாவி! இப்படி ஒரு குண்டைத் தலைல தூக்கிப் போடுவியா!' அம்மா அவள் முதுகில் மடேர் என்று இரண்டு கைகளாலும் அறைந்தாள்.

அப்படியே இடிந்து போய் உட்கார, சத்யா அவளைத் தாங்கிக் கொண்டான். 'அம்மா ப்ளீஸ்ம்மா, உமா யூ ஆர் வெரி பேட்...'

மகேசுவரி 'இரும்மா இரும்மா. உமா என்ன சொல்றே நீ?'

'நேத்திக்கு லேடி டாக்டரைப் பார்த்தேன்கா. கன்ஃபார்ம் பண்ணிட்டார்.'

அப்படியே கலங்கிப்போய் நாற்காலியில் விழுந்தாள். 'ஈசுவரா இது என்ன சோதனை!'

அம்மா, 'இது போதுமா, இன்னும் ஏதாவது உண்டா? சொல்லித் தொலை. ஏதாவது ஷாக் பாக்கி வெச்சிருக்கியா?'

நாகராஜன் சுவரில் புகைப்படத்திலிருந்து சிரித்துக் கொண் டிருந்தார்.

'இதைவிட என்னம்மா ஷாக் இருக்க முடியும்?' என்றாள் மகேசுவரி.

'இருக்கும்மா' என்றாள் சின்னவள்.

'ஏய் சும்மாரு.'

'உமாக்காவைக் கல்யாணம் பண்ணிக்கப் போறவருக்கு ஏற்கெனவே கல்யாணம் ஆயிடுத்தும்மா.'

காலம் ஸ்தம்பித்தது.

'அய்யோ என்ன பாவம் பண்ணி, இந்தப் பொண்ணைப் பெத்தேன். என்னை இப்படித் தனியா விட்டுட்டுப் போயிட்டியே பிராமணா' என்று நாகராஜன் போட்டோவை அணுகிக் கேட்டாள். கண்களில் மளமளவென்று கண்ணீர் நிறைந்தது. நாகராஜனின் உறைந்த சிரிப்பு மாறவில்லை.

உமா 'அம்மா, நிலைமை நீ நினைக்கிற மாதிரி அப்படி ஒண்ணும் மோசமில்லை. நான் சுரேஷுடைய முதல் மனைவியுடைய சம்மதத்தோடதான்...'

'என்னடி சொல்றே? எதாவது அர்த்தம் இருக்கா. பித்துப் பிடிச்சவளே, உனக்குக் கல்யாணம் ஆனவன்தான் அகப்பட்டானா? அம்மாவும் அக்காவும் உன்னைக் காலமெல்லாம் கன்னியாகவே வச்சிருப்பான்னு பயமா, எதுக்காகடி இந்த அவசரம்?'

'சுரேஷ் ரொம்ப நல்லவர்மா.'

'எனக்கு அழறதா சிரிக்கறதா தெரியலை.'

'உமா சரியாச் சொல்லு. யார் இந்த சுரேஷ்.'

'கட்டைல போறவன்.'

மகேசுவரி நிதானமிழக்காமல், 'பாரு உமா, உன் ப்ரையாரிட்டி என்னன்னு முதல்ல தெரிஞ்சுக்கோ. எத்தனை நாளாச்சு?'

'ரெண்டு மாசம்.'

'அவனைக் கல்யாணம் பண்ணிக்கிறயோ, இல்லையோ, முதல்ல உன்னை அந்தக் களங்கத்திலிருந்து விடுவிச்சிக்கோ.'

'சுரேஷ் ஒப்புக்க மாட்டார்.'

'பைத்தியம் மாதிரி பேசாதே. உன்னுடைய வாழ்க்கை இப்படி ஆரம்பிக்கிறதை நான் விரும்பலை.'

'சுரேஷை ஒரு தடவை நீங்க சந்திச்சா மனசு மாறிடுவீங்க. உங்க எல்லோரையும் மயக்கிடுவார்.'

'நான் சந்திக்கத் தயாரா இல்லை. இவளை முதல்ல அழைச்சுண்டு போய் ஆபரேஷன் பண்ணி வை.'

'அதுக்கெல்லாம் தேவையில்லை. சுரேஷ் சம்மதிக்கவே மாட்டார். இது அவர் குழந்தை.'

அம்மா தலையில் அடித்துக்கொண்டு, 'ராட்சசி, புத்தி கெட்டவளே, செத்துத் தொலையேன். ஏன் என் வயத்தில் வந்து பிறந்தே?'

மகேசுவரி, 'அம்மா சும்மாரு. ஆல்ரைட் உமா, அவன் நம்பரைக் கொடு. இப்பவே வரவழைச்சுப் பேசிடலாம்.'

உமா செல்போனில் நம்பரை ஒத்தினாள்.

அம்மா, 'இவ கெட்ட கேட்டுக்குப் பாழாப்போன செல்போன். இந்தச் சனியனாலதான் வந்தது.'

'சுரேஷ், மகேஸ்வரி அக்கா உங்ககிட்ட பேசணுங்கறாள்'

மகேசுவரி போனை வாங்கிச் சற்று மூச்சு வாங்கிக்கொண்டு நிதானமாகப் பேசினாள். எதற்கும் பதற்றப்பட மாட்டாள்.

'மிஸ்டர் சுரேஷ்?'

'ஓ! ஹாய் மகேசுவரி! சொல்லுங்க நல்லாருக்கீங்களா?'

'உமா எல்லாம் சொன்னா.'

'சொல்லிட்டாள்ல? நான்தான் போட்டு உடைச்சுடு. மறைக் காதேன்னு அட்வைஸ் பண்ணேன். என்னைப்போல கிராதகன் உலகில் இல்லைன்னு நினைப்பீங்க. நேர்ல வந்து எல்லாத் தையும் விளக்கமாக சொல்கிறேன். நீங்க நினைக்கிறா மாதிரி தீர்க்க முடியாத பிரச்னை இல்லை இது. நடந்ததைக் கேட்டுட்டு நீங்க சொல்றபடி செய்யறேன். ஒண்ணைத் தவிர, 'உமாவை மற'ங்காதீங்க. நான் உமாவை உயிருக்குயிரா காதலிக்கிறேன். எந்தச் சக்தியும் எங்களைப் பிரிக்க முடியாது. உங்க குடும்பத்தில் அத்தனை பேரையும் என்னால சமாதானம் செய்ய முடியும். ஒரே ஒரு அவகாசம் கொடுங்க.'

யோசித்தாள். 'சரி இப்பவே வாங்க' போனை வைத்ததும், அம்மா 'என்னவாம்' என்றாள்.

'அவனை இங்க வரச் சொல்லிருக்கேன்மா.'

'அவன் என்னடி ஜாதி?'

'இதெல்லாம் பார்க்கலை.'

அம்மா, 'நான் யாரையும் பார்க்கறதுக்கில்லை. செருப்பைக் கழட்டிண்டு அடிப்பேன்னு சொல்லு. அந்த நாயை வீட்டுக்குள் சேர்க்காதே.'

'பொறுமையா இரும்மா. நம்மாத்துப் பொண் சைடுலயும் தப்பு நடந்திருக்கு.'

உமா கோபத்துடன், 'அக்கா நீ என்ன சொல்றே?'

'கல்யாணமானவன்கூட சினேகம் வச்சுண்டு, கர்ப்பமாகி வாழ்க்கையைச் சிக்கலாக்கறதைப் பாராட்டணுங்கறியா உமா.'

'நீங்க யாருமே என்னைப் புரிஞ்சுக்க மாட்டீங்க. உங்க உதவி எதுவும் எனக்குத் தேவையில்லை. யாரும் வேண்டாம். நீங்க எல்லாருமே என் விரோதிகள். இப்பவே நான் போறேன்.'

'படபடன்னு பேசாதே உமா. உனக்கு ஏற்பட்டிருக்கிற ஆபத்தி னுடைய பிரம்மாண்டத்தை நீ தெரிஞ்சுக்கணும். உன் அக்கா ஸ்தானத்தில் அதைச் சுட்டிக்காட்ட உரிமை இருக்கா, இல்லையா?'

உமா மௌனமானாள். சட்டென்று கண்ணீர் சிந்தி மகேசுவரியை அணைத்துக் கொண்டாள்.

'எல்லாத்தையும் ஓசைப்படாம பண்ணிட்டு முழிக்கிறதைப் பாரு. செத்துப் போயேண்டி.'

'நான் எதுக்குச் சாகணும். பைத்தியம் மாதிரி பேசாதே' என்றாள் உமா.

'குடும்பமே பெருமைப்படற மாதிரி நீ செஞ்ச காரியத்துக்கு நான்தான் சாகணும்.'

'யாரும் சாக வேண்டியதில்லை. சுரேஷ் வந்ததும் எல்லாம் தெளிவாயிடும்.'

'நாசமாப் போனான்.'

வாசல் மணி அடித்தது. 'வந்தாச்சு'.

அம்மா எழுந்து உள்ளே சென்றாள்.

மகேசுவரி கதவைத் திறந்தாள்.

'ஹாய்... ஐம் சுரேஷ், நீங்க மகேசுவரி? அப்படியே உமா ஜாடை. உள்ளே வரலாமா?'

'வாங்க சுரேஷ்' என்றனர் இருவரும்.

சுரேஷ் 'அக்காவும் டக்கரா இருக்காளே. கணக்குப் பண்ண வேண்டியதுதான்' என்று நினைத்தான்.

அவன் எண்ணம் நிறைவேறியதா என்பது நாளை (எபிசோடு 568ல்) தெரிந்துவிடும்.

7

அந்நியருடன் உரையாடல்

நான்காவது நாளாக அவரைப் பார்க்கிறேன். தினம் மாலை ஆறு மணிக்கு மெர்சிடிஸ் கார், காந்தி சிலை தாண்டி வந்துநிற்கும். டிரைவர் கதவைத் திறக்கக் காத்திருப்பார். மெல்ல வெண்மையான செருப் பணிந்த பாதம் வெளிவரும்; இறங்குவார். எப் போதும் வெள்ளை சஃபாரி சூட். கழுத்தை மூடும் ஸ்கார்ப். வெயில் கண்ணாடி.

அவருக்கு வயசு சொல்ல முடியவில்லை. ரோமங்கள் அனைத்தும் துறந்த வழுக்கைத் தலை அவருக்கு அழகாகவே இருந்தது. தங்க ஃப்ரேம் கண்ணாடி. வெள்ளை வெளேர் கைக்குட்டை. நடை பயில கம்பீரமான பழுக்காக் கறை வாக்கிங் ஸ்டிக். பார்த்ததும் இளைஞர்கள் ஒதுங்கி வழி விடுவார்கள். ட்ராபிக் கான்ஸ்டபிள்களில் சிலர் சல்யூட் அடிப்பார்கள். மந்திரி இல்லை; போலீஸ் அதிகாரியில்லை. பணக்காரர். தோரணை அதுதான். அந்த நாசுக்கிலும் பளபளப்பிலும் தெரிந்தது.

யாருடனும் பேசாமல் நேராக முந்நூற்று முப்பது தப்படிகள் கணக்கிட்டு நடப்பார் என்று தோன்றி யது. சிமெண்ட் பெஞ்சில் உட்கார்ந்து பதினைந்து நிமிஷம் ஓய்வெடுத்துக் கொள்வார். கடிகாரத்தைப் பார்ப்பார். அதுதான் சமிக்ஞை. கார் வந்து மௌனமாக நிற்கும். டிரைவர் கதவைத் திறந்துவிட

உள்ளே தன்னைச் செலுத்திக் கொள்வார். கார் புறப்படும். யாருடனும் பேச மாட்டார். இந்த மௌன நாடகம் தினம் நடந்தது. அவர் உட்கார வரும்போது மெரீனா கடற்கரை பெஞ்சு கூட 'எந்திரிங்க' என்று என் போன்ற சாமான்யர்களை அதட்டியதுபோல் தோன்ற மற்றவர் விலகிக் கொள்வார்கள்.

இப்படிப்பட்ட மனிதருடன் எப்படி பேச்சுக் கொடுப்பது? மூன்று முறை முயற்சி செய்து பார்த்தேன். முதலில் சமமாக உட்கார்ந்ததே ஒரு தீரச் செயல். அதனால் அவருக்குப் புதுசாகச் சிக்கல் வந்தது. என் பரட்டைத் தலையும் காலில் ரப்பர் செருப்பும் பொருந்தவில்லை. இருந்தும் பிடிவாதமாக அவரருகில் உட்கார்ந்து புத்தகம் படித்தேன் அவர் அதை விரும்பவில்லை என்றாலும். இது ஜனநாயக நாடு. கடற்கரை பெஞ்சுகளில் யாரும் யார் யாரருகிலும் உட்காரலாம். இதெல்லாம் பொருட்டென்றால் வீட்டிலேயே இருக்க வேண்டும் என்பது அவருக்குத் தெரிந்திருக்கும்.

பெஞ்சை மாற்றிப் பார்த்தார். சரிப்படவில்லை. அடுத்த கட்ட பெஞ்சை நாடுவதற்கு அதிகம் நடக்க வேண்டியிருந்தது. அவரது நாற்பது நிமிஷ நடைக்குத் தோதான இடத்தில் இருந்த பெஞ்சு பழக்கத்தை மாற்ற விரும்பவில்லை. அதனால் நான் உட்கார்வதைச் சகித்துக் கொண்டார். ஆட்சேபிக்கவில்லை. என்ன என்னவோ நெற்றிச் சுருக்கங்கள் முக பாவங்கள் செய்து பார்த்தார். நான் கண்டுகொள்ளவே இல்லை. என் புத்தகத்தைத் தொடர்ந்து படித்தேன். ஒருநாள் சலனம். நாளை இவன் வர மாட்டான் என்று எதிர்பார்த்தார்.

தவறாமல் மறுநாளும் நான் வந்து உட்கார்ந்து அவரைக் கவனிக்காமல் புத்தகத்தில் ஆழ்ந்தேன். ஒருமுறை அவரைப் பார்த்துப் புன்னகைத்தேன். மீண்டும் புத்தகம்தான்.

ஒரு வாரம் கழித்து அவர் என்னை ஒரு விதத்தில் எதிர்பார்க்கவும் செய்தார். இருந்தும் என்னிடம் பேசவில்லை. ஒருமுறை நடை பழகி விட்டு உட்கார்ந்திருக்கும்போது, அவருக்காகக் காத்திருந்த காரின் பின்னால் மற்றொரு கார் வந்து நின்றது. வெள்ளைச் சீருடை டிரைவர் வந்து, 'அய்யா! அம்மா கூப்பிடறாங்க' என்றான்.

'இந்த வேளையில் டிஸ்டர்ப் பண்ணக் கூடாதுன்னு சொல்லு' என்றார் கடுமையாக. 'என்னவாம்?'

‘அவசரமா பணம் வேணுமாம்.’

‘அதான் ஏழெட்டு கார்டு வச்சிருக்காங்களே! ஏடிஎம், பிடிஎம்னு தொலைச்சுட்டாங்களா?’

‘தேடிப் பார்க்கணுமாம்.’

‘இது என்னய்யா பதில்’ என்று என்னைப் பார்த்தார்.

அவன் மௌனமாகக் காத்திருக்க...

‘எவ்வளவு வேணுமாம்?’

அவன் காத்திருந்த காருக்குச் சென்று திரும்பினான்.

‘முப்பதாயிரம் அய்யா! அவசரம்னாங்க.’

‘போடா!’ என்று அதட்டியது, எங்கள் அனைவரையும் நிமிர்ந்து பார்க்க வைத்தது.

‘எனி ப்ராப்ளம்?’ என்றேன்.

அப்போதுதான் முதன்முறையாக என்னிடம் பேசினார். ‘என் லைஃபே ப்ராப்ளம்தான். பெண்டாட்டி, மகன், மகள் எல்லோருக்கும் என்னைத் தெரியாது. என் பணம் மட்டும்தான் தெரியும். தட்ஸ் த ப்ராப்ளம்.’

‘கொடுத்துருங்களேன்.’

‘குடுத்துருவேன். டிரைவரை விட்டுக் கேக்காம நேரா வந்து கேட்டா குடுப்பேன். யூ ஸீ மை பாயிண்ட்?’

நான் புன்னகைத்து, ‘எனக்கு அந்தக் கவலையில்லை. நான் ஒய்ஃகிட்டருந்து கடன் கேட்பேன். காரணம் வர்ற சம்பளம், இருபதாம் தேதி காலி.’

‘மற்ற நாள்ள?’

‘பீச்சில காத்து, உப்புக் கடலை’ என்றேன்.

‘நிம்மதிப்பா, யு ஆர் லக்கி. பாரு எங்கிட்ட பதினஞ்சு வீடு இருக்குது. பினாமியா கொடைக்கானல்ல பங்களா, ஊட்டில ஒரு பங்களா, ஏற்காட்டில...’

'வாவ்!'

அவர் என்னருகில் வந்து, 'கேஷா... பண்ணை வீட்டில் கேஷா எத்தனை இருக்குங்கறே?'

'நோ ஐடியா. ஐ டோண்ட் கேர்.'

'அதனாலதான் சொல்றேன். எத்தனை சம்பாதிச்சு என்ன பயன்? நிம்மதி இல்லை. ப்ச்...'

'உங்க நிலைமை புரியுது. உங்களுக்குத் தேவை அன்பு.'

'அன்பெல்லாம் விலைக்கு வாங்க முடியும்பா. ஒரு தேவடியாளுக்குக் காசு கொடுத்தா, இருபத்து நாலு மணி நேரமும் அன்பு கிடைக்கும்.'

'நான் அந்த அன்பைச் சொல்லலை.'

'புரியுது. எனக்கு எதும் வேண்டாம்பா. துரோகம் பண்ணாம இருந்தா போதும். என்னை ஏமாத்தறது எனக்குத் தெரியுங்கறது அவங்களுக்குத் தெரியும்.'

'துரத்தி விட்டுருங்களேன்.'

'அப்படித்தான் செய்யப் போறேன், வேளை வரட்டும்.'

'அல்லது நீங்க இப்படிப் பழி வாங்கலாம்.'

'என்ன?'

'உங்ககிட்ட இருக்கிற எக்சஸ் கேஷ், பினாமி பிராப்பர்டி எல்லாத்தையும் டிக்ளேர் பண்ணிட்டு உங்களுக்குத் தேவைப்பட்டதை மட்டும் வச்சுக்கிட்டு மத்ததை ஒழுங்கா வரி கட்டிருங்களேன். அவங்க மூஞ்சில கரி பூசிருங்களேன்.'

'நல்ல யோசனை! கட்டறேம்பா. ப்ளாக் மணி வெச்சிருக்கறவன் எல்லாரும் கட்டட்டும், நான் கட்டறேன்?'

'மக்களுக்குப் போய்ச் சேருமே!'

'நான் கஷ்டப்பட்டுச் சம்பாதிச்சதுப்பா!'

'கஷ்டப்பட்டுன்னு சொல்லாதீங்க. நேர் வழியில் கஷ்டப்பட்டுச் சம்பாதிச்சா ஒரு கோடிக்கு மேல் பண்ண முடியாது. நீங்க

சொல்றத பார்த்தா, உங்க சொத்துடைய மதிப்பு கிட்டத்தட்ட முந்நூறு கோடி இருக்கும்போல.'

'அதைவிட அதிகம். நான் எதுக்குத் தம்பி கொடுக்கணும்?'

'அதுகூட வாஸ்தவம்தான். ஆனா உங்க பண்ணை வீட்டில ரெய்டு வந்தா எல்லா ப்ளாக் மணியும் வெளியே வந்துருமே.'

'வர மாட்டாங்க. அங்கதான் என் ஆடிட்டர் சாமர்த்தியம். அது என் பேர்லயே இல்லையே!'

'கடலை வேர்க்கடலை' என்று ஒருவன் வந்து கேட்க, 'கடலை சாப்டறீங்களா' என்றேன். 'எவ்வளவோ ரிச் ஃபுட் சாப்பிட் டிருப்பீங்க. பீச்சில வேர்க்கடலை சாப்பிட்ருக்கமாட்டீங்க.'

'சரி குடுப்பா. அதையும் பார்த்துரலாம்.'

கடலைக்காரர் செய்தித்தாள் கிழிசலில் கூம்பு செய்து ஆளுக்கு ஒரு பொட்டலம் கொடுத்தார்.

'எத்தனைப்பா?' என்றேன்.

'ஐ வில் பே' அவர் பையிலிருந்து ஆயிரம் ரூபாய் நோட்டு எடுத்தார்.

'சில்லரை இருக்குமாப்பா?'

'நம்ப ஊர் நோட்டுங்களா இது?'

நான் தடுத்து, 'பரவாயில்லை சார். இத்தனை பெரிய மனுஷ ருக்குக் கடலை கொடுத்த சந்தோஷத்தை எனக்குக் கொடுங்க' என்று ஐந்து ரூபாய் கொடுத்தேன்.

'ஒருநாள் பண்ணை வீட்டுக்கு வாங்க. சோளிங்கர் தாண்டி வந்தா மண் ரோட்டில சின்னதா மஞ்சக் கல்லுல உன்னிப்பா பார்த்தாத் தான் தெரியும். 'வெரிடாஸ்'னு ஒரு போர்டு போட்டிருக்கும். அதுல திரும்பணும்.'

'நிச்சயம் வரேங்க' என்றேன்.

'என் பேரு...'

'சொல்ல வேண்டாங்க. நல்லாவே தெரியும்.'

'உங்க பேரு?'

'கோவிந்தராஜ். கவர்மெண்ட்ல வேலை பார்க்கறேன்.'

அவர் என் பொருத்தமில்லாத ஆடைகளைப் பார்த்தார். சட்டையில் கிழிசல், கால் செருப்பில் சேப்டி பின்...

'என்ன பாக்கறீங்க? எல்லாம் உத்தியோக நிமித்தம் வேஷம் போட வேண்டியிருக்கு.'

'புரியலை. என்ன டிப்பார்ட்மெண்ட்?'

'இன்கம்டாக்ஸ் இன்வெஸ்டிகேஷன் டைரக்டரேட்டில அடிஷனல் டைரக்டரா இருக்கேன். வரேன்.'

8

பொன்வண்டு

காலையிலேயே நந்திதாவை மேரி குளிப்பாட்டி பவுடர் அப்பி கூந்தலை இரட்டைப் பின்னி வாசனையாக அழைத்து வர, பைஜாமாவும் சண்டே ஹிண்டுவுமாக ராஜேஷ் 'கன்னுக்குட்டி சக்கரக்கட்டி நந்தும்மா' என்று கன்னத்தில் முத்தமிட்டான்.

'என்னப்பா இப்பதான் குளிச்சேன். எச்சப் பண் ணிட்ட' என்ற அதட்டலில், கொஞ்சம் சங்கீதாவின் தோரணை தெரிய திடுக்கிட்டான்.

அவன் பாசாங்காக முகத்தைச் சுளித்துக்கொள்ள 'போனாப் போறது' என்று குழந்தை மறு முத்தம் கொடுத்தது. ஐந்து வயசுக்கு என்ன சாமர்த்தியம். தாயில்லாத வாழ்க்கைக்கு இப்போதே செய்து கொள்ளும் ஏற்பாடா? என்ன பேச்சுப் பேசுகிறாள். இவளை விட்டுவிட்டு நான் எப்படி வாழப் போகிறேன்? என்ன நியதி இது? தாய் இறந்தபின் பெண் குழந்தை தந்தையிடம் வாழக் கூடாதா?

'காலைலயே எல்லாத்தையும் எடுத்து வெச்சுக்கிட் டாங்க'என்றாள் மேரி.

'காட்டு.'

தரையில் வைத்து சிறிய அலுமினியப் பெட்டியைத் திறக்க நந்திதாவின் சகல உடைமைகளும் அதில்

இருந்தன. கலர் பாக்ஸ், நூல் பந்து, ஐந்து விதக் கைக்குட்டைகள், ஹேர்பின், ப்ருச், ப்ளாஸ்டிக் வளையல், பீச்சில் வாங்கின இருட்டில் ஜொலிக்கும் பம்பரம், ஜிலுஜிலு கண்ணாடி நகை, குட்டி டயரி, தீப்பெட்டி!

'இது எதுக்கு கண்ணு?'

'இதுக்குள்ள தங்கராசு இருக்கான்.'

'பொன் வண்டுங்க... வெளியே விட்டுரும்மா. மூச்சுவிட முடியாம செத்துப் போய்டும் கண்ணு.'

'திறந்தேன், போக மாட்டேங்கறது.'

இந்நேரம் செத்திருக்கலாம். அதை ஏன் சொல்ல வேண்டும்? அழ ஆரம்பித்துவிடுவாள் ராகம் போட்டு. அற்ப காரணத்துக் கெல்லாம் அரை மணியாவது அழுவாள்.

டாக்டர் சாந்தா சொன்னபடி, 'தாய்க்கு ஏங்கியிருக்கு. அதான் காரணமில்லாம அழுவுது.'

'என்ன செய்யணும் டாக்டர்?'

'உங்க மனைவிக்கு தங்கச்சி இருக்காங்களா?'

'வினோதா.'

'அவங்க மாதிரி இருப்பாங்களா?'

'ஆமாம், ரெண்டு குழந்தைங்க இருக்கு.'

'அவங்க ஹஸ்பண்டு.'

'இந்திக்காரர், ராஜஸ்தான்.'

'ஓ! கேட்டுப் பாருங்களேன்.'

'நான்கூட யோசிச்சேன்.'

'அவங்க புருசன் ஒத்துப்பாரா?'

'அவர் ஒண்ணும் சொல்ல மாட்டார். ஜாலியான டைப். கொஞ்சம் பாஷை பிரச்னை, அவ்வளவுதான்.'

‘யோசிக்காதீங்க. தாய் இறந்துபோன மன நிலையில் ஒரு தாய் போல ஒரு பதில் பிம்பம் இவளுக்குத் தேவைப்படுது. குழந்தைக்கு இதுதான் நல்லது. கஸின்ஸ்கூட கலகலப்பா இருக்கறதும் மறக்கறதுக்கு உதவும்.’

நந்திதா சமர்த்தாக டிவியில் ‘போகோ’ பார்த்துக் கொண்டிருந் தாள்.

அவள் பெட்டியில் மேலாக இருந்த பொம்மை புத்தகத்தில் சங்கீதாவின் கன்னத்தோடு ஒட்டியபடி போட்டோ இருந்தது. கண்ணீரைக் கஷ்டப்பட்டு அடக்கிக்கொண்டு, ‘இது எப்ப எடுத்தது’ என்றான்.

‘நீதாம்பா, டிஸிவேர்ல்டு போயிருந்தமே. நான்கூட ஷர்ட்ல வாந்தியெடுத்திட்டேன். நீகூட கோவிச்சுண்டியே.’

‘இத்தனை விவரங்கள் வேண்டாம்டா கண்ணு. வெரிகுட் எல்லாம் ரெடியாக்கும். அப்பாவை விட்டுட்டுப் போகப் போறியாக்கும். வினோதா சித்தி வந்துண்டே இருக்கா.’

‘அய்யா!’

‘என்ன மேரி?’

‘நந்துக் கண்ணுவை நீங்களே வெச்சுக்கலாமே. தினம் குளிப் பாட்டிர்றேன். சட்டைக் கவுனு போட்டு ப்ரேக் ஃபாஸ்ட் கொடுத்து ஸ்கூல்ல கொண்டு விட்ருவேன். சாயங்காலம் நீங்க வர்றவரைக்கும் பாத்துக்கறேன்.’

‘இல்லை மேரி. வினோதாம்மாகிட்ட இருக்கறதுதான் இப் போதைக்குச் சரியான முடிவு. அவங்க வீட்ல நிறைய கஸின்ஸ் இருக்காங்க. அவங்ககூட இருந்தாத்தான் மெல்ல மறப்பாங்க.’

‘மறக்கணுங்கறிங்களாய்யா?’

அவன் சற்றுத் திகைத்தான்.

‘அவங்க நல்லாப் பாத்துப்பாங்க. படிக்க வெப்பாங்க. அதான் எதிர்காலத்துக்கு நல்லது. பொம்பளைப் பிள்ளையில்லையா? ஏன் உங்கிட்ட ஏதாவது சொல்லித்தா?’

‘இல்லைங்க. ஆனா முகம் வாடியிருக்குதுங்க. பாப்பா முன்ன மாதிரி இல்லை. உங்க மேல ரொம்ப உசிரு ஒட்டுதல்ங்க.’

'அடிக்கடி போய்ப் பார்த்துக்கப் போறேனே. இதப்பாரு... ஏற்பாடெல்லாம் செய்தாச்சு. டி.சி. வாங்கி ஸ்கூல் மாத்தியாச்சு. இப்ப என்னைப்போட்டுக் குழப்பாதே. எதுக்கு நீ அழுவறே?'

வாசலில் கார் வந்துநிற்க, வினோதாவும் குழந்தைகளும் உள்ளே ஓடி வந்து நந்திதாவை அணைத்துக்கொள்ள, 'நந்து நீ என் ரூம்ல தானே படுத்துக்கப் போறே?'

'இல்லை என் ரூம்ல, அவ கர்ள்.'

'மாத்தி மாத்திப் படுத்துப்பா.'

வினோதா நந்திதாவின் நெற்றியில் படிந்த கீற்றைப் பரிவுடன் தள்ளியடி, 'என்ன மேரி எல்லாம் ரெடியா?' என்றாள்.

'உங்க வூட்டுக்காரரு வரலீங்களா?'

'கார்ல இருக்கார்.'

'காலைலருந்தே ரெடிம்மா.'

வினோதா அவனைக் கண்ணுக்குக் கண் பார்த்தாள். ராஜேஷ் அவள் பார்வையைத் தவிர்த்தான்.

'ப்ரகாஷை உள்ளே கூப்பிடேன்.'

'அது அங்கேயே இருக்கட்டும். செல்போன் பேசி முடிக்கலை இன்னும். கவலைப்படாதீங்க. எல்லோருக்கும் இதுதான் நல்லது அத்திம்பேர்!'

'உங்களுக்குத்தான் நல்லது நடக்குணும்னு அம்மா சொன்னா... சீக்கிரமா...'

'அந்தப் பேச்சே இல்லைன்னு சொல்லு.'

'எத்தனை நாள் தனியா இருப்பீங்க அத்திம்பேர்?'

'அந்தக் கவலையை நீங்க படவேண்டாம்.'

'உங்களுக்கு இருக்கற அந்தஸ்துக்குத் தயக்கமில்லாம குடுப்பா. அப்பவே பல பேர் விசாரிச்சிண்டிருந்தா.'

'நீ என்னைக் கல்யாணம் பண்ணிக்கறியா? சம்மதிக்கறேன்.'

'எனக்குக் கல்யாணம் ஆய்டுத்தே. கொஞ்சம் லேட்டு அத்திம்பேர்.'

'ப்ரகாஷ்ட்ட கேட்டுப் பாக்கறேன்' என்று கண் சிமிட்டினான்.

'கேட்டா 'லே ஜாவோ'ன்னுடுவார்' என்று சிரித்தாள்.

இரண்டு பேருக்கும் ஒரே குரல். ஒரே முக ஜாடை. ஒரே வாசனை! நந்து சீக்கிரம் பழகி விடுவாள்.

'சித்தி! நீ அம்மா மாதிரியே இருக்கே!'

'அம்மாதாண்டி நான். சித்தினு கூப்டாதே. இவங்க மாதிரி 'வின்னு'ன்னு கூப்பிடு.'

'பேர் சொல்லியா?'

'அதான் எனக்குப் பிடிக்கும்.'

'வின்னு!'

'என் செல்லமே!'

'நீங்க ஒண்ணும் கவலைப்படாதீங்க. இதோ இரண்டு நாள்ல பழகிடுவா. பாரு மூக்கு ஒழுகறது பாரு' என்று டிஷ்யுவால் அவள் மூக்கைத் துடைத்து விட்டாள்.

'போலாமா?'

சோபாவில் உட்கார்ந்து நந்திதாவை மடிமேல் வைத்துக் கொண்டு மெல்லப் பேசினான். 'நந்து நீ வின்னு சித்தியோட இருக்கறது உன் நல்லதுக்குத்தான். அம்மாவும் சந்தோஷப் படுவா.'

'அம்மாதான் செத்துப் போய்ட்டாளே!'

'பெருமாள்ட்ட போய்ட்டா.'

'திட்டினியாப்பா?'

'இல்லைம்மா திட்டலை.'

'ரகுவைக் கிள்ளாம இருக்கச் சொல்லு.'

'சேச்சே! நான் அந்த வழக்கத்தை எப்பவோ நிறுத்திட்டேன் பெரியப்பா.'

புறப்படும்போது நந்திதா ஒரு முறை திரும்ப அவன் அருகில் வந்து 'அப்பா நான் இங்கேயே இருக்கேனே' என்றாள்.

கண்ணீரை அடக்கிக்கொண்டு, 'நீ எங்கேயும் போகலைம்மா. தினம் வந்து உன்னைப் பார்ப்பேன்.'

'பெங்களூர்க்கா...? பொய்!'

'தினம் போன்ல பேசுவேன். ஏய் யாராவது எதாவது எங்க நந்திதாவைச் சொன்னா உடனே எனக்குப் போன் பண்ணிடுவா. அடுத்த நிமிஷம் ஏரோப்ளேன்ல வந்து...'

'போப்பா பொய்ப்பா.'

வினோதாவின் கணவன் ஹாரனை பொறுமையில்லாமல் அழுத்த 'கமிங் கமிங்' என்று கூவினாள்.

வினோதாவுடன் வாசலுக்கு வந்தான்.

'ஹாய் ப்ரகாஷ்!'

இவனைப் பார்த்து 'ஹாய் பார்ட்னர் சப் குச் டீக் டாக்' என்று காரில் இருந்தபடியே கையசைத்தான். செல்போனில் பேசிக் கொண்டிருந்தான். ப்ரகாஷ் 'கமான் டியர் லேடி' என்று நந்திதாவைத் தன் பக்கத்தில் அமர்த்திக் கொண்டான். 'வின், வின், நாட்டு வொர்ரி... நாட்டு வொர்ரி. எவ்ரிதிங் ஃபைன்' என்றான்.

'இன்னிக்கே பெங்களூரா? மெல்ல ஓட்டச் சொல்லு.'

கார் புறப்பட்டது.

'அத்திம்பேர் வரேன். வா நந்து எதாவது வேணும்னா...' என்று பாதியில் நிறுத்தினாள்.

அவர்கள் போனதும் ப்ரேமலதா வந்தாள். வந்த உடன் இரைந்து கிடந்த செய்தித் தாள்களையும் பத்திரிகைகளையும் அடுக்கி வைத்தாள். கூடத்தைப் பெருக்கினாள். திண்டுகளைத் தட்டிப் போட்டாள்.

'இதெல்லாம் எதுக்கு ப்ரேம்? மேரி வருவா?'

கிச்சனுக்குச் சென்று காபி போட்டுக்கொண்டு வந்தாள்.

'ரொம்ப டிஸ்டர்ப்டா இருக்கீங்க.'

'நான் செய்தது சரியா ப்ரேம்?'

'நிச்சயம் குழந்தைக்கு நல்லதுதான் செய்திருக்கீங்க.'

'போறப்ப என்னைத் திரும்பிக்கூடப் பார்க்கலை ப்ரேம்.'

'கமான்! ஆண் பிள்ளை அழக்கூடாது.'

அவன் கன்னத்தில் உருண்ட கண்ணீரைத் தன் துப்பட்டாவால் துடைத்து விட்டாள். 'பிட்ஸா எதாவது ஆர்டர் பண்ணட்டுமா? உங்களுக்குப் பிடிக்குமே.'

'ஒண்ணும் வேண்டாம்.'

'ஆர் யூ ஓ.கே. உடம்பு சரியில்லையா?' நெற்றியில் தொட்டுப் பார்த்தாள்.

'ஒரு பாராஸிட்டமால் போட்டுக்கறீங்களா? எங்கருக்கு?'

'காலைலருந்து சஞ்சலம். கொஞ்ச நேரம் தூங்கினா சரியாய்டும்.'

'சரி பெட்ரூம்ல போய் படுத்துக்கங்க. டின்னர் ரெடி பண்றேன்.'

'வேண்டாம் ப்ரேம். எனக்கு சாப்பிடற மூடு இல்லை.'

'ராத்திரி தனியா இருப்பீங்களா? கலீக்ஸ் யாராவது வந்து படுத் துக்கச் சொல்லிருக்கீங்களா?'

'தேவையில்லை.'

'ஐ கேன் ஸ்டே. உங்களைத் தனியா விட்டுட்டுப் போறதுக்கு எனக்குப் பயமா இருக்கு. சங்கீதாவைப்பத்திப் பேச விரும்பறீங்களா?'

'இல்லை. மறக்க விரும்பறேன் முடியலை.'

'லைஃப் கோஸ் ஆன்.'

'ஆமாம்.'

'எப்ப முதல்ல சந்திச்சீங்க?'

'ஆகஸ்ட் 98' எட்டே வருஷம்.'

'அநியாயம்' என்றாள். தன்னை விடுவித்துக்கொண்டு புறப் பட்டாள்.

போகும்போது குழந்தைகள் ஐஸ்கிரீமுக்குப் பிடிவாதம் பிடித்தன. வினோதா வழியில் ஒரு கடையில் நிறுத்தச் சொன்னாள்.

நந்திதாவை 'வா கண்ணு ஐஸ்கிரீம் சாப்பிடலாமா?'

நந்திதா தலையை ஆட்டி 'வேண்டாம்' என்றாள்.

'ப்ரகாஷ் பார்த்துக்க, இந்தப் பிசாசுங்களுக்கு ஐஸ்கிரீம் கப்பம் கட்டியாகணும். இதோ வந்துர்றேன்' என்று தன் குழந்தை களுடன் இறங்கிச் சென்றாள்.

'வின் அப்படியே எனக்கு ஒரு பிஸ்தா கப்பு' என்றான். ப்ரகாஷ்.

அவர்கள் ஆளுக்கொரு ஐஸ்கிரீம் கோனை நாக்கால் தடிக் கொண்டு திரும்பி வந்தபோது, நந்திதா காரில் இல்லை.

'நல்லா பாடுவா, அபசுரம் இல்லாம பாடுவா... சமைப்பா... எல்லாத்துக்கும் புன்னகை. திட்டினாகூட புன்னகை. யாரோட யும் சண்டை போடாம என்ன குடும்பம்? என்ன ஃபேமிலி? சே! நாடு நகரமெல்லாம் சுத்தாம இன்னும் கொஞ்சம் அதிக நேரம் வீட்ல இருந்திருப்பேன்.'

நெஞ்சைப் பிடித்துக் கொண்டான்.

'ஆர் யு ஆல் ரைட்?'

அவள் தோளில் சாய்ந்து கொண்டான்.

ப்ரேமா அவன் தலையை நிமிர்த்தி ஆழ்ந்து பார்த்தாள்.

'ப்ரேம் என்னைக் கல்யாணம் பண்ணிப்பியா?'

அவள் தலையை அசைத்து 'நாளைக்குக் காலை இதே கேள்வி இருக்கான்னு பார்க்கலாம் ராஜேஷ்.'

'உன் கூட வரலை?' என்றான் ப்ரகாஷ்.

'நாசமாப் போச்சு. உன்னை ஒரு நிமிஷம் பார்த்துக்கச் சொன்னா இப்பிடி கோட்டை விட்டுட்டியே... இப்ப எங்க போய்த்

தேடுவேன்? அத்திம்பேருக்கு என்ன பதில் சொல்வேன்? பாழாப் போற செல்போனை காதை விட்டுப் பிடுங்கு முதல்ல.'

திகைத்துப் போய், 'நந்திதா நந்து' என்று இங்குமங்கும் தேடினாள்.

ப்ரேமா புறப்படும்போது ராஜேஷ் கூடவே சென்று அவளை அப்படியே அணைத்துக்கொண்டு திரும்ப அழைத்து வந்து விளக்கை அணைத்து அவளைப் படுக்கையில் வீழ்த்தினான்.

ப்ரகாஷ் 'நாட் டு வொர்ரி. அந்தப் பொண்ணு ஒரு மாதிரி மோரோஸா இருந்திச்சு. திரும்பவும் ஊட்டுக்குத்தான் போயி ருக்கும். கிட்டக்கத்தானே. இந்தா முதல்ல அங்க போன் போடு டியர்! நாட் டு வொர்ரி... நோ ப்ராப்ளம்' என்றான்.

'ராஜேஷ் ராஜேஷ்! உணர்ச்சிவசப்படாதீங்க.'

டெலிபோன் மணி அடித்தது.

'போன் போன்' என்றாள் மூச்சுத் திணறலிடையே...

'அடிக்கட்டும்' என்றான்.

'ப்ளீஸ்! எடுங்க அத்திம்பேர் எடுங்க போனை' என்று வினோதா பதறினாள்.

பிரிவா, சோகமா, காமமா, தன்னிரக்கமா எந்தக் கணத்தில் அவனைச் செலுத்தியது என்று தெரியாமல் அவசர அவசரமாக அவளைக் கலைத்தான். பட்டென்று ஸ்விட்ச் தட்டப்பட்டு ஒளி வெள்ளம் பரவியது.

'நந்திதா!?'

அவர்கள் இருவரையும் மாறி மாறிப் பார்த்தாள்.

'நந்திதா...ய்யென்ன? என்ன வேணும் கண்ணு!'

'அம்மா போட்டோ.'

9

ஸ்டேட்டஸ்

வாசலில் ஒரு டெம்போ வந்து நிற்க, அதிலிருந்து ஃப்ரிட்ஜூம் டி.வி.யும் இறக்கப்பட்டதை ப்ருந்தா வேடிக்கை பார்த்தாள். யார் வீட்டிலேயோ, புதுப் பணம் வந்திருக்கிறது போலும் என்று எண்ணினாள்.

காதில் பென்சில் வைத்துக் கொண்டிருந்தவன், அவளிடம் வந்து 'மிஸ்டர், ராஜாராம்ங்கறவரு ஃப்ளாட் எதுங்க?'

'எங்க வீட்டுக்காரர் பேரு ராஜாராம். எதுக்குக் கேக்கறீங்க?'

'ப்ரமிளா ஏஜென்சியிலிருந்து டெலிவரி பண்ண வந்திருக்கோம்.'

'தப்பா வந்திருக்கீங்க. நாங்க எதும் ஆர்டர் பண்ண லைப்பா.'

அவன் தன் டெலிவரி சலானை மறுபடி பார்த்தான். செல்போனில் எண்களை ஒத்தினான்.

'பார்ட்டி ஆர்டர் இல்லைங்கறாங்க. கருமாதிங்களா விலாசம் தப்பா?'

'....'

'பேசுங்க' என்று அவளிடம் கொடுத்தான்.

‘அம்மா நான் ப்ரமிளா ஏஜென்சியிலிருந்து மேனேஜர் முத்து ராகவன் பேசறேன். மிஸ்டர் ராஜாராமன் ஒரு டீலக்ஸ் ஃபேமிலி மாடல் ப்ரிட்ஜும். ஒரு 29 இன்ச் டிவியும் ஆர்டர் செய்திருக்கார். நீங்க டெலிவரி நோட்ல கையெழுத்து போட்டுப் பொருளை வாங்கிட்டா போதும். கேரண்டி கார்டுகளும் மேன்யுவலும் கொடுப்பாங்க.’

‘இத பாருப்பா! எங்கேயோ தப்பு நேர்ந்திருக்கு. நாங்க யாரும் எதும் ஆர்டர் செய்யலை.’

இதற்குள் ராஜு டூவீலரில் வந்து இறங்கினான். ‘இங்க பாருங்க. என்னவோ சொல்றான். ஃப்ரிட்ஜாம் டி.வி.யாம்.’

ராஜு அவளைக் கவனிக்காமல், ‘ஓ வந்தாச்சா! இந்த வீடுதாம்பா உள்ள கொண்டு போங்க.’

ப்ருந்தாவுக்குத் திக்கென்றது.

இரண்டு சாதனங்களும் ரொம்ப பெரிசாக இருந்தன.

‘பழைய டி.வி.யை இப்பவே எடுத்துக்கிட்டுப் போயிர்றீங்களா, இடம் இல்லை.’

அந்தப் பத்துக்குப் பன்னிரண்டு அறையில் ப்ளாஸ்டிக் உறைகளும் தர்ம கோல் அட்டைப் பெட்டி எல்லாம் நிறைந்து உட்கார இடம் இல்லாமல் ப்ருந்தாவுக்கு எதும் புரியவில்லை. ஏது காசு இவருக்கு? மாசம் பதினெட்டாயிரத்தில் இருபதாம் தேதி தாண்டவே சிங்கியடிக்கிறதே.

‘ஏ.சி. எப்பப்பா வரும்?’

‘கோடவுன்ல சொல்லிருக்குங்க.’

‘இதுக்கெல்லாம் பணம் எப்படி வந்தது?’

‘இவாளை முதல்ல கையெழுத்துப் போட்டுட்டு அனுப்பிச் சுர்றேன். தாங்க்ஸ்ப்பா...’

‘நலுங்காம நசுங்காம கொண்டாந்திருக்கோம். ஏதாவது போட்டுக் கொடுங்க. ரெண்டு பேர் இருக்கோம்.’

அவளை அடுத்த அறைக்கு அழைத்தான். ‘ப்ரு! அம்பது ரூபா இருக்கா?’

'பத்து ரூபாதான் இருக்கு. காப்பிப் பொடி வாங்கணும்.'

'சரி அதைக் குடுத்துடு.'

'இந்தாங்க காப்பி சாப்பிடுங்க.'

அவன் ஒரு மாதிரி பார்த்து விட்டு முகம் இறுகி முணுமுணுத்துக் கொண்டே, 'லட்ச ரூபாய்க்குப் பொருள் வாங்குவீங்க. பத்து ரூபா தருவீங்களாம்மா... வச்சுக்கங்க. எச்சக் கையால் காக்க ஓட்ட மாட்டாங்க' என்று புறப்பட்டான்.

'என்னங்க இதெல்லாம்?'

'பார்த்தா தெரியலை ஃப்ரிட்ஜ், டிவி...'

'ஏது காசு?'

'காசா? லோன் மேளா, ப்ரமிளா ஏஜென்சி கூவிக் கூவி, கூப்பிட்டு கூப்பிட்டு குடுக்கறான். ஒரே ஒரு டோக்கன் பேமெண்ட் வாங்கிண்டு சாலரி சர்ட்டிஃபிகேட் காட்டினா போதும். மாசா மாசம் கட்டி கழிச்சுக் கட்டிருவேன்.'

'மாசம் எத்தனை?'

'ஆறாயிரம்... அந்த டிடெய்ல்ஸ் எல்லாம் உனக்கு எதுக்கு?'

'எப்படீங்க நம்ம சம்பளத்தில் இதெல்லாம் நமக்குத் தேவை தானா? மது ஸ்கூல் பீஸ் கட்டியாகணும்?'

'உனக்கு எதுவுமே தேவையில்லை. தினம் தேங்கா தொவையலும் சீரா மிளகு ரசமும் போறும்.'

'ஆறாயிரம் சம்பளத்தில் கழிச்சுட்டா... எப்படி நான் குடித்தனம் நடத்தறது?'

'பயப்படாதே. உனக்கு மாசாமாசம் கொடுக்கற எட்டாயிரத்தைக் குறைக்க மாட்டேன்.'

'எட்டாயிரமா, பன்னண்டாயிரங்க.'

'கவலையை விடு. எனக்கு அரியர்ஸ் வர வேண்டியிருக்கு. அப்புறம் உத்தண்டி ப்ராபர்ட்டிக்கு பஞ்சாயத்துல என்.ஓ.சி.

வந்துட்டா, சுளையா நம்ம ஷேர் முப்பது லட்சமாவது வரும். நம்ம ஸ்டேட்டஸ் எங்கயோ போய்டும்.'

'ஆமாம். பதினெட்டு வருஷமா வராதது...'

அவன் முகம் சுருங்கி, 'எல்லாத்தையும் நெகட்டிவாவே பார்க்காதே... லைஃப்ல பாசிட்டிவ்வா யோசி. இங்கிலீஷ்ல கில் ஜாய்ம்பா. அது நீதான். எதுக்கெடுத்தாலும் நொள்ளை.'

அவள் கண்ணீரை அடக்கிக் கொண்டாள்.

அவன் தொடர்ந்து, 'மனுசனுக்கு மனைவி உற்சாகம் தரணும். நம்பிக்கை தரணும். எல்லாத்தையும் கலைக்கிறதில கெட்டிக்காரி நீ!'

'இல்லை, கூட்டிக் கழிச்சுப் பார்த்தா, கணக்கு சரியாவே வரலையே. எனக்கு நீங்க செய்யற காரியம் வயத்தைக் கலக்கறது.'

'நாளைக்கு ஏ.சி.காரன் வருவான் க்ரில் போட...'

மது மரக்கட்டை பேட்டுடன் உள்ளே வந்து 'ஐ' டி.வி. ஏதுப்பா? இவ்வளவு காசு நம்மகிட்ட?' என்றான்.

'அப்படியே அம்மாவைக் கொண்டிருக்கியேடா. மதுக்கண்ணா உங்கப்பா ஒண்ணும் அத்தனை புவர் இல்லை. முதல்ல இந்த லோ கிளாஸ் லொகாலிட்டியை விட்டு ஓடணும். எம்.ஆர்.சி. நகர்ல பெரிய வீடு பார்த்துண்டிருக்கேன்.'

★

ராஜாராமன் ஆபீஸ் போயிருந்தான். பெரிய டி.வி.க்கும் குளிர் பெட்டிக்கும் இடம் பண்ணிக் கொடுத்து மிச்சமிருந்த இடத்தில் பிரம்பு நாற்காலி போட்டு மத்தியானம் அணில்கள் ஓய்ந்து விட்ட வேளையில், நடிகை பார்த்துக் கொண்டிருக்க... நாட்டுக் கோழி பிரியாணி செய்வதுபற்றி ஒரு கிராம மாது விளக்கிக் கொண்டிருந்தாள்.

மது 'கோழிக்கு வலிக்காதாம்மா?' என்று கேட்டான்.

'வலிக்காம கழுத்தைத் திருகுவா, உங்கப்பா மாதிரி.'

பால்கனியிலிருந்து விளையாடி விட்டு வந்தான்.

‘அம்மா அந்தாளு இங்கேயே பார்த்துண்டிருக்கான்ம்மா. அப்பாவைக் கூப்பிடறார்.’

‘யாருப்பா’ என்றாள் பால்கனியிலிருந்து.

வாட்டசாட்டமாக இருந்தான். காலர் இல்லா சட்டையை மீறி, புலி நகம் போட்ட சங்கிலி தெரிந்தது. முழங்கைவரை முறுக்கி விட்ட புஜத்தில் தாயத்துக் கட்டிய இடத்தில் தசை நார்கள் பீறிட்டன. மீசை கன்னம்வரை வழிந்திருந்தது. ஜிம்மிலிருந்து வந்தவன்போலத் தோன்றினான்.

‘ப்ரமிளா ஏஜென்சிலருந்து வர்றேன். உன் புருசன் ராஜா ராமனைப் பார்க்கணும்.’

‘ஆபீஸ் போயிருக்காரே!’

‘ஆபீஸ்ல வீட்டுக்குப் போயிருக்கறதா சொன்னாங்க.’

‘இல்லையே! ஒரு வேளை வருவாரா இருக்கும்.’

‘சரி காத்துட்டிருக்கேன்.’

‘என்ன விஷயம்?’

‘உன் புருஷன் கொடுத்த செக் பவுன்ஸ் ஆகியிருக்கு. அதை அவர் கிட்ட காட்டி உடனே ஆபீஸுக்கு வந்து கேஷ் கட்டச் சொல்லு. இல்லை பொருளை எடுத்துட்டுப் போயிருவோம்னு சொல்லு.’

‘சரிப்பா. அவர் வந்த உடனே சொல்றேன்.’

‘ஒண்ணும் பிரச்னை இல்லை. அரை மணியில மறுபடி வரேன். சொல்லி வை.’

அவன் போனதும் ராஜு பெட்ரூமிலிருந்து வேட்டியை இறுக்கிக் கட்டிக்கொண்டு வந்தான். ‘போய்ட்டானா?’

‘நீங்க எப்ப வந்தீங்க? ஆபீஸ் போகலை?’

‘அப்பவே வந்துட்டேனே. கிச்சன்ல பிசியா இருந்தே.’

‘என்னவோ, செக்குங்கறான்... பவுன்ஸுங்கறான். ஒண்ணும் புரியலை. வேண்டாம் வேண்டாம்னு அடிச்சுண்டேன்.’

‘அது ஒண்ணுமில்லை கண்ணு. பன்னண்டு போஸ்ட் டேட்டட் செக். பன்னண்டாம் தேதி போடுறான்னா, பத்தாம் தேதியே போட்டிருக்கான். பேங்க்ல ஆனர் பண்ணலைபோல இருக்கு. இத்தனைக்கும் சேஷாத்ரிகிட்ட சொல்லியிருந்தேன். ஒரு வேளை சிக்னேசர் மேட்ச் ஆகலையோ என்னவோ... நான் உடனே பேங்க் போய் அதைச் சரி பண்ணிடுவேன். நீ ஒண்ணும் கவலைப்படாதே.’

ப்ருந்தா அவனையே கண் கொட்டாமல் பார்த்துக் கொண்டிருந்தாள்.

★

ராஜு மத்தியானம் திரும்ப வந்தபோது, ‘எல்லாம் சரியாய்டுத்து. அவன்கிட்டபோய் சத்தம் போட்டுட்டு வந்தேன். படவா ராஸ்கல்! ரவுடிகளையெல்லாம் அனுப்பறயே... என்ன கம்பெனி நீ! கன்சூமர் கோர்ட்ல கேஸ் போட்டுருவேன்னு. அவன் பயந்துண்டு மன்னிப்புக் கேட்டு, இனி அந்தமாதிரி நடக்காதுன்னான். ஜாக்கிரதை. ஆர்.ஏ. புரத்தை விட்டே உன் கடை இல்லாம பண்ணிடுவேன். கபர்தார். என்னை என்னன்னு நினைச்சிண்டிருக்கே. பத்மாஷ்னு...’

‘பணம் கொடுத்தாச்சா?’

‘கட்டியாச்சுடி மூதேவி சனியனே!’

நவம்பர், 14.

வைதேகியின் பெண் சீமந்தத்துக்குத் தங்க வளையலும் ரெட்டை வட சங்கிலியும் எடுத்துக்கொள்ள பீரோவைத் திறந்தபோது, சங்கிலியைக் காணோம். வேலைக்காரியைக் கூப்பிட்டு, ‘செவலா! நீ வீடு பெருக்கி துடைக்கறப்ப பீரோ திறந்திருந்தது. எதையாவது தெரியாம எடுத்தேன்னா சொல்லிடு’ என்றாள்.

அவள் தரையில் உட்கார்ந்து அழ ஆரம்பித்தாள். இத்தனை வருசம் உங்கிட்ட வேலை செய்யிறேன். இப்படி ஒரு கேள்வி கேட்டுட்ட பத்தியா? நாங்க ஏளைங்கதாம்மா, திருடங்க இல்லை.’

‘இப்ப நான் என்ன கேட்டுட்டேன். எடுக்கலைன்னா எடுக்கலைன்னு சொல்லிட்டுப் போயேன்.’

நவம்பர், 15.

வேலைக்காரி நின்று விட்டாள்.

ராஜுவிடம் சொன்னபோது, அவளை அப்படிக் கேட்டிருக்கக் கூடாது. 'நான் ஆர்.ஏ.புரம் போலீஸ் ஸ்டேஷன்ல ஒரு கம்ப் ளெயிண்ட் கொடுத்துர்றேன். சாவியை வேலைக்காரி பார்க்கற மாதிரி கண்ட கண்ட இடத்துல வெக்கக் கூடாது. இது ஒரு பாடம். போனாப் போறது... நா உனக்குப் புதுசு வாங்கித் தரேன்' என்றான்.

சாயங்காலம் மது, 'அப்பா பீரோ சாவியை அம்மா எங்க வெப்பான்னு கேட்டிண்டிருந்தாம்மா. தலைகாணிக்கு அடிலைன்னு சொன்னேன்.'

டிசம்பர், 12.

சாயங்காலம் டெலிபோன் ஒலித்தபோதே அதில் மிரட்டல் இருந்தமாதிரி தோன்றியது ப்ருந்தாவுக்கு. எடுக்கலாமா வேணாமா என்று யோசித்தாள். ராஜு வேறு இல்லை. அடித்து நின்றுவிட்டு உடனே மறுபடி அடிக்கத் தொடங்கியது.

'அலோ.'

குரலே கன்னத்தில் அறைந்தது. 'என்ன மாதிரி டுபாக்கூர் பார்ட்டிம்மா நீங்க... உன் வீட்டுக்காரரு... இந்த முறையும் செக் பவுன்ஸ் ஆய்டுச்சாம். நீங்க சோறு திங்கறீங்களா, வேற எதாவதா... மானம், வெக்கம், சூடு சுரணை வேண்டாம்? ஆபீஸுக்குப் போன் போட்டா எடுக்கறதே இல்லை. த பாரு டி.வியையும், ஃபிரிட்ஜையும் எடுத்துட்டு வரும்படி முதலாளி ஆர்டர். அரை மணியில டெம்போ வரும். ஒயரை எல்லாம் புடுங்கித் தயாரா வச்சிரு. காசில்லைன்னா ஏன் பொருள் வாங்கறீங்க? வாயையும் ...... பொத்திக்கிட்டு தயிர் சாதம் தின்னுக்கிட்டு, படுத்துக் கிடக்கிறதுதானே உங்க மாதிரி ஆளுங்கள்லாம்.'

'சரி உட்டுரு துரைராஜ்' என்று மற்றொரு குரல் கேட்க... 'வந்து கிட்டே இருக்கோம்' என்று முடித்தான்.

உடம்பெல்லாம் வியர்த்தது. நாக்கு வறண்டு நடுங்கும் விரல் களுடன் ராஜுவுக்கு போன் செய்தாள்.

‘எங்க போய்த் தொலைஞ்சிட்டீங்க...? அவன் பாட்டுக்குப் போன்ல கண்டகண்டபடி திட்டறான். அப்படியே உடம்பெல்லாம் கூசறது. அரை மணியில டெம்போ எடுத்துண்டு வரானாம்.’

‘அப்படியா? நீ என்ன பண்றே... அவா வரதுக்குள்ள கதவைப் பூட்டிண்டு உங்க அக்காவாத்துக்குப் போய்டு. நான் அந்த முட்டாள் பசங்களைப் போய்ப்பாத்து ஒண்ணுல ஒண்ணு தீர்த்துட்டுத்தான் மறு காரியம்.’

‘உடனே வாங்க... எனக்குப் பதர்றது. பயத்தில புடவைல...’

‘எல்லாம் வரேன். நீ கதவைப் பூட்டிண்டு வைதேகி வீட்டுக்குப் போயிடு, என்ன? அசடு அசடு! நீ ஒண்ணுத்துக்கும் கவலைப் படாதே. அவனுக்கு ஒரு லாயர் நோட்டீஸ் அனுப்பியிருக்கேன். ஃப்ரிட்ஜ் சரியா வேலை செய்யலை. ஐஸ் க்யுப் ஃபார்ம் ஆறதில்லை. டி.வி. க்ளாரிட்டி இல்லை. அதனால பேமெண்டை நிறுத்தி வச்சிருக்கேன்னு... அப்படியே கதிகலங்கிப் போய்டுவான். ஒரு மசுத்தையும் பிடுங்க முடியாது. என்னன்னு நினைச்சிண்டிருக்கான். ஸ்கவுண்ட்ரல்.’

‘எப்ப வர்றீங்க?’

‘எம்.ஆர்.சி. நகர் போய்ட்டு வந்துர்றேன்.’

‘எம்.ஆர்.சி. நகர்ல என்ன?’

‘சொன்னேனே. ஒரு புது ஃப்ளாட் பாத்துண்டிருக்கேன். அப்படியே உண்டாய் கம்பெனி ஷோ ரூமுக்குப் போய்ட்டு மத்தியானம் உங்கக்கா வீட்டுக்குச் சாப்பிட வந்துர்றேன். பருப்பு உசிலி பண்ணி வைக்கச் சொல்லு. உங்கக்கா நன்னா பண்ணுவா.’

‘உண்டாய் கம்பெனியா?’

‘ஆமாம்... டூ வீலர் நம்ம ஸ்டேட்டஸுக்குச் சரியில்லை. ஒரு கார் வாங்கப் போறேன்’ என்றான்.

10

சென்னையில் மேன்ஹேட்டன்

இரவு பத்தரை மணிக்கு சொகுசுப் பேருந்து வந்தது. மெத்தை போட்ட உள்ளே குளிர்வித்த இருக்கைகளில் அத்தனை பெண்களையும், ஆண்களையும் வாரிச் சுருட்டிக்கொண்டு தரமணிக்கு விரைந்து கால் செண்டரில் கொண்டுபோய்க் கொட்டியது.

அர்ச்சனா கையெழுத்துப் போட்டுவிட்டு உள்ளே போனாள். 'வெல்கம் அமெரிக்கா' என்று அறிவித்தது வாசல்படி.

டயட் பெப்சி, கோக், கேக், சாண்ட்விச், பெர்கர், நொறுக்குத் தீனி சமாசாரங்கள் நிறைந்திருந்தன. கை துடைத்துக்கொள்ளக் காகிதக் குட்டைகள் இருந்தன. பெரிய கண்ணாடி ஜாடிகளில் டிகேஃப், ரெகுலர் என்று காபி சதா சூடாக இருந்தது. ஹாலில் வரிசையாக டெர்மினல்கள். அருகில் காதில் மாட்டிய ஹெட்செட், உதட்டருகே மைக் வைத்து கீ போர்டில் பெண் விரல்கள் விளையாடின.

சாம்சுப்பு என்று சட்டைப் பையில் பெயர் எழுதிய சூப்ரண்ட் மேசையில், சிறிய அமெரிக்கக் கொடி வைத்திருந்தது. 'எல்லாம் படிச்சிட்டியாம்மா மனப்பாடமா?'

'ஆச்சு சார்.'

‘கால்மி சாம். எங்கே முதல் வாக்கியத்தைச் சொல்லு?’

‘அஜாக்ஸ் கால்செண்டர். மே ஐ ஹெல்ப் யூ?’

‘அஜாக்ஸ் இல்லை. ஏஜாக்ஸ். ஏ, ஏ. தமிழை மற முதல்ல.’

‘ஏஜாக்ஸ்.’

‘மெல்லப் பேசு. அங்க இருக்கறவங்கல்லாம் பொழுது போகாத கிழங்க. ரொம்பத் தனிமையான மனுஷங்க. பணம் வச்சிருக் கறவங்க. ஆனா அவங்ககிட்ட ஒரு கனெக்ஷனோ, கிரெடிட் கார்டோ, ஒரு விடுமுறையோ விக்கறதுக்குள்ள தாவு தீர்ந்துரும். நூறு கேள்வி கேப்பாங்க. முதல்ல உயிரோட இருக்கார்னு ஊர்ஜிதப்படுத்திக்கணும். இப்ப அங்க விண்டர். விபூதி கொட்டறாமாதிரி ஸ்னோ பொழியும். மைனஸ் பதினெட்டு டிகிரி. உம் பேர் என்ன?’

‘அர்ச்சனா.’

அவர் விழிகள் கோபத்தில் விரிந்தன. ‘எத்தனை தடவை சொல்லி யிருக்கேன். இந்தக் கட்டடத்துக்குள் வந்த உடனே உம் பேர் அர்ச்சனா இல்லை. ஸேரா. உன் மொழி அந்த ஐம்பது வாக்கியங் கள்தான். அதுக்கு மீறி ஏதும் பேசக் கூடாது.’

‘சாரி சார்.’

‘மறுபடியும் ‘சார்!’ அமெரிக்காவில் யாரும் யாரையும் சார்னு கூப்பிட மாட்டாங்க தெரியுமா? உச்சரிப்புத் தவறக்கூடாது. ‘லாஃப்’னு சொல்லக் கூடாது. ‘லேஃப்’, ‘லேஃப்’ சொல்லு!’

‘லேஃப்’ என்று பயத்துடன் சிரித்தாள்.

‘தட்ஸ் பெட்டர்.’

‘சீட்ல உக்கார். சேர்ந்து எத்தனை நாளாச்சு?’

‘பதினைஞ்சு நாள் சார்.’

‘பரவாயில்லை, சில பேர் ஒருநாள்லேயே ஓடிப் போய்டறா. போட்டி கம்பெனிங்க அதிக சம்பளம் குடுக்கறேன்னு டெம்ப்ட் பண்ணுவாங்க. நம்ம கம்பெனிமாதிரி பெண்களுக்குப் பாது காப்பு எங்கேயும் கிடையாது. எதுவா இருந்தாலும் எங்கிட்ட

சொல்லிட்டுப் போ. திடுதிப்புனு விலகக் கூடாது. ரைட்? ராத்திரி வீட்டுக்குப் போறப்ப செக்யூரிட்டி வரானோல்லியோ.'

★

டெர்மினலில் உட்கார்ந்து சாதனங்களை ஆபரணங்கள் போல மாட்டிக் கொண்டாள். திரையில் வரிசையாக எண்கள் தெரிந்தன. ஒவ்வொன்றாக கம்ப்யூட்டரே டயல் செய்து இணைத்து இவளிடம் கொடுத்தது. ஹாய் திஸ் இஸ் ஏஜாக்ஸ் கால்செண்டர். ஹவ் யு டுயின். என்ன பாஷை இது! எல்லாமே பொய். பெயர் பொய், தேசம் பொய், பேச்சு பொய், சம்பளம் மட்டும் நிஜம்.

ஜார்ஜ் மூன்றாவது க்யூபிகிள்ளிலிருந்து எழுந்து 'ஹாய் ஸேரா' என்று கையசைத்தான். இயற் பெயர் சேஷாத்ரி.

★

'எனக்கென்னவோ இந்த வேலை பிடிக்கவே இல்லை அர்ச்சு. ராத்திரியெல்லாம் கண் முழிச்சா உடம்பு என்னத்துக்கு ஆறது. பகல்ல வேலை கிடைக்காதா? கண்ணெல்லாம் பாரு பொங்கிக் கிடக்கு.'

'பாரும்மா இந்தச் சம்பளம் கிடைக்காது. எல்லா சேஃப்ட்டியும் இருக்கு. செக்யூரிட்டி, எஸ்கார்ட் இல்லாம கடைசியா பெண் களைக் கொண்டுவிடறதுங்கற பேச்சே இல்லை. ஆம்பளைத் துணை இல்லாம அனுப்பமாட்டா.'

'அதெல்லாம் சரிதான். அந்த ஆம்பளைத் துணையே...'

'பேக்கு மாதிரி பேசாதே. என்கூட வேலை செய்யற 'கைஸ்' (guys) எல்லாம் அப்பாவிங்க. நாங்க அவங்களை கலாட்டா செய்வோம். ஜார்ஜ் என்ன ஒரு மரியாதையா, பண்பாடா வெட்கப்பட்டுண்டு பேசறான் தெரியுமா?'

'வெள்ளைக்காரனா?'

'இல்லைம்மா, சேஷாத்திரிக்கு ஆபீஸ்ல ஜார்ஜ்னு பேரு. எல்லாருக்கும் வேற பேரு. என் பேரு ஸேரா.'

'என்ன எழவோ, எல்லாம் பொய்யா இருக்கு. எனக்கு ஏதும் பிடிக்கலை. சீக்கிரமா பகல் வேலையா பார்.'

‘நமக்கு ராத்திரி, அவர்களுக்குப் பகல்ம்மா. ஜெயந்தி கோர்ஸ் முடியற வரைக்குமாவது இருந்தாகணும்.’

‘இந்தச் சம்பளம் பகல்ல கிடைக்காதா?’

‘கிடைக்காதும்மா. பாதிதான் கிடைக்கும். ஜார்ஜ்கிட்டயும் சொல்லி வச்சிருக்கேன்.’

‘என்ன ஜார்ஜோ, என்ன ஸேராவோ! எல்லாரையும் கிறிஸ்தவாளா மாத்தாம இருந்தா சரி.’

சொல்லி வைத்தாற்போல வெள்ளிக்கிழமை டியூட்டி முடிந்ததும் சேஷாத்ரி ‘உங்களுக்கு டே ஜாப் வேணுமா அர்ச்சனா?’ என்று கேட்டான்.

‘என்ன சம்பளம்?’

‘இதே சம்பளம். இன்ஃபாக்ட் அதைவிட பெர்க்ஸ் அதிகம். மெடிக்கல் ரீ இம்பர்ஸ்மெண்ட், பெட்ரோல் சார்ஜ்.’

‘என்ன வேலை?’

‘ஒரு ஐடி கம்பெனியில் கஸ்டமர் கேர்ல கொஞ்சம் ஸ்மார்ட்டா இருக்கற பெண்ணா வேணும்னாரு. கம்பெனிபேர் கேட்டா அசந்துருவிங்க.’

சொன்னான். ‘சென்னையிலேயே பெரிய ஐடி கம்பெனி. இன்ட்ரஸ்ட் இருந்தா, காலையில சென்மேரிஸ் ரோடில அவங்க ஆபீஸுக்குக் கூட்டிட்டுப் போறேன்.’

அவனை வாத்சல்யமாகப் பார்த்தாள்.

‘சேஷாத்ரி உங்க உதவிக்கு நான் என்ன... அது என்ன?’

‘கைம்மாறா? பேசப்படாது. உங்களுக்கு இஷ்டமிருந்தா, நேரமிருந்தா காலைல வீட்டுக்குப் போறதுக்கு முன்னால, எங்க வீட்டுக்கு வந்து என் சிஸ்டரையும் அம்மாவையும் சந்திச்சா போதும். அதுவே பாக்கியம்.’

‘எதுக்கு?’

‘சும்மாத்தான். உங்களைப்பத்தி அவங்ககிட்ட சொல்லிருக்கேன். பார்க்க விரும்பறா. பயப்படாதீங்க.’

'சே பயம்னு இல்லை. தயக்கம்தான்.'

'என்ன வர்றீங்களா?'

'இன்னிக்கா?'

'உங்களுக்கு சௌகரியப்படும்னா இன்னிக்கே. வெள்ளிக் கிழமை. நல்ல நாள்.' யோசித்தாள்.

'சரி அட்ரஸ் சொல்லுங்க.'

'அட்ரஸ் கண்டுபிடிச்சு மாளாது. நான் கூட்டிட்டுப் போறேன். வேளச்சேரி பஸ் ஸ்டாண்டுக்கு அடுத்த ஸ்டாப்ல இறங்கிடுங்க. நான் பைக்ல வந்து அழைச்சுட்டுப் போறேன். காலைல வர்றீங்களா.'

'சரி.'

இந்த மாதிரி நல்லவர்களும் இருக்கிறார்களா என்ன என்று எண்ணினாள். மனசுக்குள் சின்னதாக ஒரு படபடப்பு. ஏன் என்று புரியவில்லை. பயமா எதிர்பார்ப்பா?

அதிகாலை அகல அலுமினியப் பாத்திரங்களில் பால் பாக் கெட்டுகளை விதவைகள் சேகரித்துக் கொண்டிருந்த சமயம். மற்றபடி நடமாட்டமில்லை. சூரியன் தோன்றலாமா என்று யோசித்துக் கொண்டிருந்த நேரம். முதல் காகங்களும் அணில் களும் கூவத் தொடங்கிய வேளை.

சேஷாத்ரி சொன்ன ஸ்டாப்பில் அர்ச்சனா இறங்கியபோது யாரையும் காணோம். சட்டென்று மிகத் தனியாக உணர்ந்தாள். இந்த ஸ்டாப்பிலேயா இறங்கச் சொன்னான் என்ற சந்தேகம் வந்தது. ஒருவேளை அவன் சொன்னது அடுத்த ஸ்டாப்போ? சரி அதுவரை நடந்து போகலாம் அல்லது ஆட்டோ ஏதாவது வருமா பார்த்தாள்.

ஆட்டோ வந்து நின்றது. அதிலிருந்து ஒருவன் இறங்கியதும் ஆட்டோ விலகிச் சென்றது. இறங்கினவன் அவளை நோக்கி வந்தான். இவனை எங்கே பார்த்திருக்கிறேன். இவள் நடக்க அவனும் தொடர்ந்தான். 'நில்லு' என்றான். இவளுக்கு வயிற்றில் பயம் கவ்விக்கொள்ள, வேகமாக நடக்க, அவன் காலடிகள் கிட்டே வருவது கேட்டது.

மீண்டும் தூண்டில் கதைகள் ○ 101

‘சே எங்கே இந்த சேஷாத்ரி? என்ன முட்டாள் நான். அவனைப் பார்க்காமல் தனியாக இறங்கியிருக்கக் கூடாது. இப்போது என்ன செய்வது?’ அவன் ஏதோ சொல்கிறான். என்ன சொல்கிறான் என்று பீதியில் சரியாகப் புரியவில்லை. மிக அருகே வந்து விட்டான். சுற்றிலும் பார்த்தாள். எதிர்ப்புறத்தில் சாலை ஓரம் வீடு கட்ட செங்கல் அளவில் கான்க்ரீட் ப்ளாக்குகள் இருந்தன.

‘நில்லுன்னு சொல்றேன்ல’ என்று அவன் சொல்லி முடிப் பதற்குள், அவைகளில் ஒன்றை எடுத்து அவன் மண்டை மேல் வீசி எறிந்தாள். அவன் அப்படியே தலையைப் பிடித்துக் கொண்டு சரிந்து விழுந்தான். அவள் ஓடத் தொடங்கினாள். கொஞ்சம் நேரம் ஓடினதும் அருகே மோட்டார் பைக் சப்தம் கேட்க, சேஷாத்ரி.

‘அப்பாடா... கடைசில வந்தே! எங்க போய்த் தொலைஞ்ச. ஒரு ஆளு ஒரு ஆளு என்னைத் துரத்திண்டு வந்து என்ன என்னவோ சொல்றான்.’

‘என்ன சொன்னான்.’

‘பயத்தில் ஏதும் புரியலை.’

‘சரி விடு.’

‘பாத்தா நம்ம கம்பெனி செக்யூரிட்டி ஆள் மாதிரி இருந்தான். பின்னாலேயே வந்தான். எனக்கு ரொம்ப பயம்மாய்டுத்து. மண்டைல ஒரு கல்லை எடுத்துப் போட்டுட்டு ஓடியே வந்துட்டேன்.’

‘ஸேரா ஐ எம் எக்ஸ்ட்ரீம்லி ஸாரி, ஸாரி. நான் லேட்டா வந்தது தப்பு. இவ்வளவு அதிகாலை இந்த ஏரியாவுக்கு வரச் சொன்னது முட்டாள்தனம். இனிமே பயமில்லை. பைக்ல ஏறிக்க.’

அவள் பைக்கில் ஏறிக்கொள்ள, பைக் சீறிப் புறப்பட்டது.

அன்புள்ள வாசகருக்கு இந்தக் கதையை இந்தச் சுபமான இடத்தில் முடித்திருந்தேன். இதை அச்சேறுமுன் படித்துப் பார்த்த நண்பர், ‘அடிபட்ட ஆள் யார், அவன் என்ன ஆனான் என்பதைச் சொல்ல வேண்டும். அப்போதுதான் கதை முழுமை பெறுகிறது’ என்றார். அவர் சொன்னது சரிதான். சொல்லி விடுகிறேன்.

கடையில் பலகைகளை நீக்கித் திறக்கும்போது, டீக்கடைக்காரர் ஓரத்தில் கிடந்தவனைப் பார்த்தார். அரை மயக்கத்தில் இருந்த வரை, ஆசுவாசப்படுத்தி உட்கார வைத்துப் பேச முடிந்ததும்..,

'என்னங்க, இந்தாங்க டீ சாப்பிடுங்க. என்ன ஆச்சு? மூச்சு வாங்குது. தலைல ரத்தம் வருது.'

அவர் ஒரு வகையாகச் சுதாரித்துக்கொண்டு, 'அந்தப் பொண்ணு, அந்தப் பொண்ணு' என்றார்.

'எந்தப் பொண்ணுங்க? இங்க யாரும் பொண்ணு இல்லையே.'

'அய்யோ எங்க கம்பெனி பொண்ணு ஒண்ணை, சில பசங்க சேர்ந்துக்கிட்டு கடத்திட்டுப் போக திட்டம் போட்டிருக்கிறதா செக்யூரிட்டிக்குத் தகவல் கிடைச்சு உடனே அனுப்பிச்சாங்க. அந்தப் பொண்ணை எச்சரிக்கை செய்யலாம்னு ஆட்டோ புடிச்சு ஓடியாந்தேன். சொல்றதுக்குள்ள தலைமேல கல்லைப் போட்டுட்டு ஓடிப் போயிருச்சுங்க.'

★

'ஏன் நிறுத்திட்டே?'

'அவங்களும் வரட்டும்.'

'யாரு?'

'மைக், மிக்கி, லென், எல்லாரும் வராங்க. ஸேரா.'

'சேஷாத்ரி என்னடா சொல்றே கடன்காரா!'

'நான் சேஷாத்ரி இல்லை. ஜார்ஜ். அமெரிக்காவில் இதெல்லாம் சகஜம்டி.'
